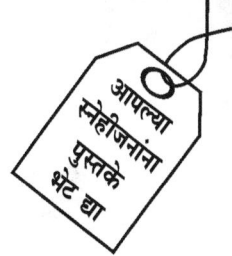

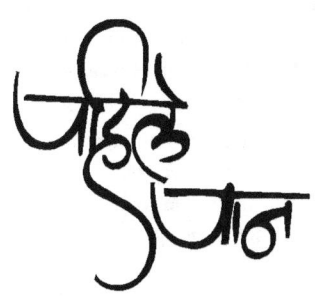

आपल्या स्नेहीजनांना पुस्तके भेट द्या

पहिले पान

वि. स. खांडेकर

AA000815

मेहता पब्लिशिंग हाऊस

PAHILE PAN by V. S. KHANDEKAR

पहिले पान : वि. स. खांडेकर / लघुनिबंध-संग्रह

© सुरक्षित

मराठी पुस्तक प्रकाशनाचे हक्क मेहता पब्लिशिंग हाऊस, पुणे.

प्रकाशक : सुनील अनिल मेहता, मेहता पब्लिशिंग हाऊस,
१९४१, सदाशिव पेठ, माडीवाले कॉलनी, पुणे – ४११०३०.

मुखपृष्ठ : चंद्रमोहन कुलकर्णी

प्रथमावृत्ती : सप्टेंबर, १९९७ / नोव्हेंबर, २०१३ / पुनर्मुद्रण : जून, २०१७

P Book ISBN 9788171617296
E Book ISBN 9789386342805
E Books available on : play.google.com/store/books
https://www.amazon.in/b?node=15513892031

मला लघुनिबंधकार करणाऱ्या
सांगली, शिरोडे व कोल्हापूर इथल्या
पन्नास वर्षांतल्या
सर्व आंबट-गोड आठवणींस

श्री. वि. स. खांडेकरांच्या एकूण ६१ लघुनिबंधांचा समावेश असलेला 'मंझधार' हा बृहद्संग्रह प्रथमत: १९५९ साली प्रसिद्ध झाला.

नव्या आवृत्तीच्या वेळी, रसिक वाचकांच्या सोयीसाठी आम्ही हेतुत: मूळ संग्रहाचे 'पहिले पान', 'मंझधार' व 'धुके' असे तीन सुटसुटीत संग्रह केले आहेत.

जुन्या व नव्या पिढीतील वाचक श्री. खांडेकरांच्या अन्य पुस्तकांप्रमाणेच या पुस्तकांचेही उत्स्फूर्त स्वागत करतील, ही आम्हास खात्री आहे.

प्रकाशक

अनुक्रमणिका

दिवसभर काम करून थकलो होतो मी! अगदी टांग्याच्या घोड्यासारखा! रात्रीचे दहा वाजले म्हणजे ते घोडे असा खरखरमुंडेपणा करू लागते, की सांगून सोय नाही. टांग्यातल्या साहेबांच्या सुंदर बंगल्याकडे जाण्यापेक्षा स्वतःचा घाणेरडा तबेला गाठायला ते अधिक उत्सुक झालेले असते. माझी स्थिती तशीच झालेली होती. केव्हा एकदा अंथरुणाला पाठ लागते...

ती एकदाची लागली, पण निद्रा ही मोठी विचित्र अप्सरा आहे. लहान मुलांना ती तेव्हाच वश होते, पण प्रौढांचे आणि तिचे काही केल्या सूत जमत नाही.

मलाही तोच अनुभव आला. स्वतःवर थोडासा चिडलो मी! उठलो, दिवा लावला, खोलीतली आरामखुर्ची घेतली, ती उघडून बाहेर गच्चीत ठेवली आणि वाऱ्याने डोके जरा थंड झाल्यावर अंथरुणावर जाऊन पडावे, असा विचार करीत तिच्यात अंग टाकले.

माझी नजर सहज वर गेली. क्षणार्धात विलक्षण आनंदाने माझे मन मोहरून गेले. आकाशातले ते सुंदर दृश्य मी डोळ्यांनी घटाघटा पीत होतो, पण काही केल्या माझी तृप्ती होईना.

माझ्या माथ्यावर जिकडेतिकडे पांढरेशुभ्र ढग पसरले होते. सशापासून हत्तीपर्यंत निरनिराळे आकार होते त्यात, पण त्या सर्वांचे असे काही सुंदर संमेलन झाले होते, की वरच्या निळ्या आभाळाचा एवढासासुद्धा तुकडा मला कुठे दिसत नव्हता. जिकडे पाहावे, तिकडे किंचित विरळ झालेले पांढरेशुभ्र ढग! जणू काही दिवाळीसाठी देवाने जग रंगवायला काढले असून, वरच्या छताला तो सुंदर पांढरा रंग देत आहे. बाणभट्टाने हे दृश्य पाहिले असते, तर उमेने केलेल्या नर्म विनोदाने हसू लागलेल्या शंकराचे हे हास्य आहे किंवा जगातल्या सर्व साधूंच्या हृदयांतील सद्भाव एकत्रित होऊन ईश्वराला शोधण्याकरिता चालला आहे, अशी काहीतरी कल्पना त्याने खास केली असती.

पांढरे ढग

/१/

पण ते हसरे सुंदर ढग पाहून मला आठवण झाली, ती कापसाच्या प्रचंड ढिगांची! माझ्या लहानपणी आमच्या घरापुढे कापसाचे मोठमोठे गठ्ठे रस्त्यावर रचून ठेवलेले असत. आमच्या गच्चीपुढे पत्रा होता. वडील माणसांची नजर चुकवून त्या पत्र्यावर उतरायचे आणि खालच्या कापसावर उड्या मारायच्या, हा माझा त्या वेळचा फार आवडता खेळ होता. त्याची आठवण होताच वाटले, एखादा चमत्कार होईल आणि क्षणभर पृथ्वी वर जाऊन आकाश खाली येईल, तर मागचा-पुढचा काही विचार न करता मी त्या ढगांवर लहानपणीसारखीच उडी टाकीन.

स्वर्गंगेच्या काठावर विसावा घेत पडलेल्या त्या लहानमोठ्या पांढऱ्या कासवांकडे मी किती वेळ अतृप्त मनाने पाहत होतो, कुणाला ठाऊक! त्या आनंदाची धुंदी किंचित ओसरताच भोवतालची विलक्षण शांतता पाहून मला वाटले, काळपुरुषसुद्धा हे सुंदर दृश्य पाहता-पाहता जागच्या जागी थबकला असावा.

या अपूर्व आनंदाची गोडी एकट्याने चाखणे मला असह्य झाले. दुःख असो किंवा सुख असो, त्यात माणसाला भागीदार हवा... तरच दुःख सुसह्य वाटते आणि सुख द्विगुणित होते.

मुलांना उठवायला मी घरात गेलो. ती सारी शांतपणे झोपली होती. जी निद्रादेवी माझ्यावर इतकी रुष्ट झाली होती, तिने त्यांच्या मस्तकावर वरदहस्त ठेवला होता. त्यांची झोपमोड करणे माझ्या जिवावर आले. त्यांच्या अस्ताव्यस्त झोपण्यात रानवेलींचे सौंदर्य होते, ते मी अगदी हरखून-निरखून पाहिले आणि मग पुन्हा गच्चीवर आलो.

मघाचे सुंदर दृश्य पाहण्याकरिता मी वर नजर वळविली, पण तिथे ते पांढरे ढग होते कुठे? चांदणे निळ्या आकाशाला गुदगुल्या करीत होते आणि ते निरभ्र, नील आकाश एखाद्या लहान मुलासारखे खदखदून हसत होते.

इतक्यात ते ढग गेले कुठे? गच्चीच्या अगदी टोकाशी जाऊन मी सगळीकडे क्षितिजापर्यंत पाहिले. त्या ढगांचा मागमूससुद्धा कुठे नव्हता.

परत येऊन मी आरामखुर्चीत रेलून पडलो. डोळे मिटून घेतले. ते ढग निघून गेले असले, तरी त्यांच्या दर्शनाने मला झालेला आनंद अविनाशी होता. तो आनंद हे एक रत्न होते. ते रत्न आपल्या स्मृतिकरंडकात जपून ठेवले पाहिजे, म्हणून मी मनातली आठवणींची पेटी उघडली. अगदी शिगोशीग भरली होती ती! पण ती कितीही गच्च भरली असली, तरी या नव्या मधुर अनुभवाला तिच्यात जागा करून देणे जरूर होते.

मी त्या जुन्या स्मृती खाली-वर करू लागलो. त्यातल्या एका आठवणीकडे लक्ष जाताच माझे मन फुलले, पण त्याबरोबरच ते हसूही लागले. बाळपणीची आठवण आहे ती! माझी आणि माझ्या एका सोबत्याची! त्या आठवणीभोवतीचे

नदीकाठचे शांत वातावरण मला जाणवू लागले. त्या रात्री दुरून ऐकू येणाऱ्या देवळातल्या घंटानादाने ते वातावरण मधेच कंपित होई आणि त्याच्याबरोबरच आम्हा दोघांची मनेही थरथरत. आम्ही देवाचा शोध करायला निघालो होतो. आमचे पौराणिक ज्ञान आम्हाला सांगत होते, की जग चालविण्याची सारी जबाबदारी विष्णूवर आहे. तो समुद्रात झोपतो. आम्ही दोघांनी मनाशी म्हटले, ठीक आहे. त्याला समुद्रात गाठू आपण! मुंबईला समुद्र आहे असे आम्ही ऐकले होते, पण मुंबईला आगगाडीतून जायचे म्हणजे भाड्याला पैसे हवेत. ते चोरले, तर देवाला कळल्याशिवाय राहणार नाही. मग तो आम्हाला आपल्या दारात उभासुद्धा करणार नाही. तेव्हा चोरी करून चालण्यासारखे नव्हते. मग काय करायचे? मी कल्पना काढली. आपल्या गावाला कृष्णा नदी आहे. ती मच्छलीपट्टणपाशी समुद्राला मिळते, असे आमचा तिसऱ्या यत्तेचा भूगोलच सांगत होता. कृष्णेच्या काठी पुष्कळ होड्या पडलेल्या असतात. रात्री नदीवर जाऊन त्यातल्या एखाद्या होडीत बसायचे आणि प्रवास सुरू करायचा! हा-हा म्हणता आपण समुद्रात जाऊ आणि देवाला गाठू!...

त्या रात्री आम्हा दोघांना नदीकाठची कुठलीही होडी नीट हलविता येईना. आम्ही धडपडत असतानाच एका बेडकीने माझ्या दोस्ताच्या अंगावर उडी मारली. तो किंचाळला आणि घाबरून पळत सुटला म्हणून बरे! नाही तर त्या रात्री खरोखरीच आम्ही निराळ्या अर्थाने खास देवापाशी गेलो असतो.

तो देवाचा शोध किती बालिश होता; पण तो प्रसंग आठवला, की अजून रायआवळा चोखल्यासारखा आनंद मला होतो.

मी पुन्हा आठवणी चाळू लागलो. मी मॅट्रिक पास झालो, त्या दिवशीची आठवण! माझा आठवा नंबर आल्याची बातमी आली, तो क्षण माझ्या या स्मृतिमंजूषेत होता; पण त्या क्षणाला अभिमानाचा किंवा आनंदाचा वाससुद्धा नव्हता. अश्रूंनी ओला झाला होता तो! खूप वर नंबर आला असूनही मी रडत होतो. आदल्या दिवशीपासून मी देवाला नवस करीत होतो, 'काही करून मला नापास कर.' देवाने काही माझे ते गाऱ्हाणे ऐकले नाही. मी पास झालो, की माझी नि मधल्या दीड महिन्यात जिच्याशी माझी गट्टी झाली होती, त्या मामेबहिणीची ताटातूट होणार, ही गोष्ट उघड होती. तेच आम्हा दोघांना नको होते. ती डोळे पुशीत होती. मी मन आवरत होतो. शेवटी मी इतक्या चांगल्या रीतीने यशस्वी झाल्याची बातमी ऐकल्याबरोबर तर आम्हा दोघांना रडूच कोसळले.

किती वेडेपणाचे अश्रू होते ते! मानवी जीवने ही मुंबईसारख्या मोठ्या स्टेशनात एकमेकांना भराभर ओलांडून जाणाऱ्या रुळांसारखी असतात, हे आता मला कळले.

मद्य आवडत्या आठवणींसारखे असते की काय, कुणाला ठाऊक! पण या

आठवणींनी तृप्ती अशी कधीच होत नाही. त्याची धुंदी मात्र हा-हा म्हणता मनावर चढू लागते. प्रथम गंमत म्हणून मन एका आठवणीशी चाळा करू लागते. मग वसंतसेनेच्या महालात शिरलेल्या मैत्रेयासारखी त्याची स्थिती होते.

मीही तसाच गोंधळलो होतो. कुठली आठवण पाहावी आणि कुठली पाहू नये, हे कळेना. सहज हाताला लागेल ती उचलली. ओहो, किती रम्य चांदणी रात्र होती ती! पिठासारखे चांदणे पडले आहे, असे म्हणणारा मनुष्य फार दिवसांचा उपाशी असला पाहिजे. त्याशिवाय चांदण्याला असली अरसिकपणाची उपमा तो देणार नाही, असे त्या रात्री मला वाटले. ते चांदणे नव्हते. जाईजुईच्या फुलांचा सुगंध दृश्यरूप घेऊन सर्वत्र तरंगत होता. आमच्याकडे पाहुणे होते त्या दिवशी! माझे स्नेही आणि त्यांची पत्नी. दहा वाजेपर्यंत घरात बसून मी, माझी पत्नी आणि ते पाहुणे बाहेरच्या सुंदर चांदण्याची स्तुती करीत होते. शेवटी कुणालाच राहवेना. असल्या चांदण्यात फिरण्याची मौज न लुटणारा मनुष्य वेडा असला पाहिजे, याविषयी आमचे चौघांचे एकमत झाले. टेकडीपर्यंत फिरून येऊ या, म्हणून आम्ही घराबाहेर पडलो. फिरता-फिरता समुद्रावर पोहोचलो. तिथे बैठक घातली, वाळूत किल्ले बांधले, काव्यगायन केले, उखाणे घातले... घेतले, हसलो-खिदळलो आणि पहाटे पाच वाजता परत आलो. आल्यावर चहाला दूध नव्हते, म्हणून नारळाच्या रसाचा चहा करायचे ठरविले आणि चहा होईपर्यंत धीर न निघाल्यामुळेच की काय, भाजीकरिता आणलेली कारली खाण्याची पैज आरंभली. ती कचाकचा मिटक्या मारीत खाल्ली.

हा सारा मूर्खपणा होता? छे ! निदान मला तरी अजूनही तसे वाटत नाही. ती रात्र मला वारंवार आठवते, गुदगुल्या करते. त्या रात्रीसारख्या रात्री आता दुर्लभ झाल्या, म्हणून मला दुःख होते.

माझ्या मनातल्या या पेटीत अशा अनेक आठवणी साठून राहिल्या आहेत. उभ्या आयुष्यातले ते संचित सुख आहे. ज्ञान, पैसा, कीर्ती यांची आनंद देण्याची शक्ती किती मर्यादित आहे, याचा अनुभव मी जीवनात भरपूर घेतला आहे. माझ्या आयुष्यातले इतर सारे रंग कोमेजले, सुगंध मंद झाले; पण या साऱ्या आठवणींचा रंग मात्र अजून कायम आहे. त्यांचा सुगंध अद्यापि ताजा आहे. मनुष्य बुद्धीवर किंवा कल्पनेवर जगत नाही, तो भावनेवर जगतो, हेच खरे!

माझी ही आठवणींची पेटी एखाद्या डुढ्ढाचार्याच्या हाताला लागली, तर आतल्या वस्तू पाहून तो हसेल आणि म्हणेल,

'लहान मुलाच्या पिशवीत रंगीबेरंगी पेन्सिली, खडू, पिसे आणि फुटक्यातुटक्या काचा असतात ना, त्यातलाच हा प्रकार आहे.'

नाही कोण म्हणतो? पण सारी प्रौढ माणसे ही आपापल्या परी लहान मुलेच

असतात. विश्वाच्या या विशाल आणि विलक्षण पसाऱ्याकडे ती नेहमीच भांबावलेल्या नजरेने पाहतात. देव पावलोपावली माणसाला मृत्यूचा बागुलबुवा का दाखवितो, हे त्यांना कळत नाही. दुःखाचे कडू औषध प्रत्येकाला वारंवार का प्यावे लागते, हेही त्यांना उमगत नाही. मग लहान मुलांप्रमाणेच ती जगाच्या दृष्टीने क्षुद्र, पण स्वतःच्या दृष्टीने रसपूर्ण अशा आपल्या आवडत्या गोष्टींत रंगून जातात.

ते कुठेतरी निघून गेलेले, किंचित विरळ झालेले पांढरेशुभ्र ढग पुन्हा कुणालाही दिसणार नाहीत, कधीही दिसणार नाहीत; पण ते माझ्यापाशी आहेत. आता जन्मभर ते माझी सोबत करणार आहेत.

१९५४
■

पाहुण्यांच्या बरोबर फिरायला म्हणून मी घराबाहेर पडलो. पाहुणे ऐन पंचविशीत होते. त्यामुळे घराबाहेर पडताना माझे मन जरा साशंक झाल्यावाचून राहिले नाही. वाटले, ते झपझप चालणारे असले तर आपली मोठी पंचाईत होईल. शर्यतीत घोड्याबरोबर टांग्यांच्या तट्टाने दौड मारण्याचा प्रयत्न करावा, तसे काहीतरी दृश्य लोकांना दिसेल.

पण सुदैवाने पाहुणे रमतगमत चालले होते. ते गाव पाहायला घराबाहेर पडले होते. आपली ही प्रतिज्ञा कसोशीने पार पाडण्याचा प्रयत्न करीत होते ते. रस्त्याच्या दोन्ही बाजूंची घरे आणि माणसे ते बारकाईने पाहत होते, यात नवल नाही. मात्र गल्लीच्या कोपऱ्यावरल्या एकावर एक चिकटविलेल्या आणि अर्धवट फाटलेल्या चित्रपटांच्या जाहिरातीसुद्धा त्यांच्या सूक्ष्म निरीक्षणातून निसटल्या नाहीत, हे पाहून मी चकित झालो. हा गृहस्थ पुढे-मागे बडा संशोधक झाल्याशिवाय राहणार नाही, असे माझे मन म्हणू लागले. स्वत:ला न साधणारी गोष्ट दुसरा करू लागला, की त्याच्याविषयी मनुष्याला भलताच आदर वाटू लागतो. त्यांच्या कर्तृत्वाविषयी मी जे हे भविष्य वर्तवू लागलो होतो, त्याचे मूळ कदाचित या सिद्धांतातही असेल! स्वभावत: मी नाकासमोर जाणारा प्राणी आहे. रस्त्याने चालताना इकडेतिकडे पाहणे मला जमत नाही. म्हणजे ते मला आवडत नाही असे नव्हे, पण अधू दृष्टीमुळे दूरची माणसे नि अक्षरे मला नीट दिसत नाहीत. थोडा वेळ टक लावून पाहावे, तेव्हा कुठलीही लांबची गोष्ट मी ओळखू शकतो. अशा स्थितीत आपण एखाद्या अजब जाहिरातीतले शब्द लावण्याकरिता म्हणून रस्त्यावर मान वर करून उभे राहावे आणि जाणाऱ्या-येणाऱ्याने पलीकडच्या गच्चीत उभ्या असलेल्या तरुणीकडे आपण निर्लज्जपणाने पाहात आहोत, असा आपला समज करून घ्यावा, यात काय शोभा आहे? म्हणून रस्त्यातून चालताना मी सहसा इकडेतिकडे पाहाण्याच्या फंदात पडत नाही. काही झाले तरी हे गुळगुळीत दाढीचे, इस्त्री केलेल्या कपड्यांचे, नाटकी

उपदेश

/२/

नमस्कारांचे आणि अशाच प्रकारच्या हरतऱ्हेच्या बाह्य सभ्यतेचे युग आहे. या युगात शोभण्यासारखेच माणसाने आजकाल वागले पाहिजे. नाही तर तो केव्हा बदनाम होईल, याचा नेम नाही.

नाकासमोर चालण्याच्या या सवयीमुळे मी मोठ्या आनंदाला मुकत असतो, यात मात्र मुळीच शंका नाही. रचनेच्या दृष्टीने मोहक वाटणारा एखादा बंगला, चिमुकल्या अंगणात मोठ्या हौसेने लावलेली सुंदर फुलझाडे, गुबगुबीत बालके, ओष्ठरंगापासून पाचवारी पातळापर्यंत प्रसाधनाचे कुठलेही आधुनिक साधन न वापरता आकर्षक दिसणारी काळीसावळी हसतमुख गृहिणी, कंबरेने शरीराशी काटकोन केला असतानाही कुटुंबाकरिता धडपडत असलेली एखादी आदरणीय वृद्धा, नाटकातल्या म्हाताऱ्याप्रमाणे ज्याच्या काळ्यापांढऱ्या मिशा मुद्दाम चिकटविल्यासारख्या दिसताहेत असा एखादा रावबहादूर, सार्वजनिक नळावरून पाणी घेऊन जाता-जाता टाचक्या लुगड्याच्या जाणिवेने सलज्ज होणारी मुग्धा अशी कितीतरी दृश्ये रस्त्याच्या दोन्ही बाजूंना हरघडी दिसत असतील, पण...

पाहुणे खो खो करून हसू लागलेले पाहून मी मान वळवून पाहिले. एका छोट्या घरापुढे दोन मोठे फळे काहीतरी गिचमडून ठेवले होते. कुठल्यातरी राजकीय पक्षाच्या प्रचंड सभेची ती जाहिरात असावी, असा मी तर्क केला; पण असल्या सभेत हसण्यासारख्या पुष्कळ गोष्टी होत असल्या, तरी या जाहिरातीने पाहुण्यांना गुदगुल्या का व्हाव्यात, हे मला काही केल्या कळेना. त्यांच्या राजकीय मतांची मला काहीच कल्पना नव्हती. कदाचित त्यांच्या विरुद्ध पक्षातल्या लोकांची ती सभा असावी.

माझा गंभीर चेहरा पाहून ते म्हणाले,

"ही गंमत वाचलीत का?"

आता मात्र मला राहवेना. राजमार्ग सोडून मी त्या फळ्याजवळ गेलो आणि बारीक वळणदार अक्षरातला मजकूर वाचू लागलो. वाचता-वाचता हा अशोकाच्या स्तंभासारखा काही प्रकार असावा, असे मला वाटू लागले. त्या फळ्यावरच्या मजकुराचा अर्थ लेखक जीव तोडून सांगत होता,

'मित्रहो, ऊन पाण्याने अंघोळ करू नका. थंड पाण्याचे स्नानच प्रकृतीला हितावह असते. शिवाय थंड पाण्याने अंघोळ केल्यामुळे जळणाचा खर्च वाचतो तो निराळाच! हल्लीच्या महागाईत पैची बचतसुद्धा महत्त्वाची आहे. थंड पाण्याने स्नान कराल, तर दीर्घायुषी व्हाल. तुम्हाला नकली दात बसवून घ्यावे लागणार नाहीत, तुमच्या डोळ्यावर चश्मा येणार नाही, तुम्हाला डॉक्टरांची बिले भरावी लागणार नाहीत.' वगैरे वगैरे...

हा उपदेश वाचून पाहुण्यांप्रमाणे मी मोठ्याने हसलो नाही, पण मनातल्या

मनात मात्र त्या लेखकमहाशयांची मीही टिंगलच केली. हे काम बहुधा एखाद्या पेन्शनरबुवांचे असावे. आपला रिकामा वेळ कसा घालवावा, या विवंचनेत त्यांनी हा परोपकाराचा सोपा मार्ग शोधून काढला असावा, असे मी मनाशी अनुमान बांधले. फळ्यावरल्या बारीक वळणदार अक्षरांवरून हे पेन्शनर गृहस्थ प्राथमिक शिक्षकच असावेत, असाही कयास मी केला. शिक्षकांना स्थानीअस्थानी उपदेश करण्याची सवय असते, हे माझ्या स्वत:च्या उदाहरणावरूनच सिद्ध होण्याजोगे आहे. तो पेशा सोडून मला दहा वर्षे होऊन गेली, पण अजून बोलताना किंवा लिहिताना माझ्यात मधेच मास्तराचा संचार होतो. माझ्या वाङ्मयात जे अनेक दोष आहेत, त्यातले प्रमुख एक-दोन तरी अठरा वर्षे शिक्षकाचा धंदा केल्यामुळे निर्माण झाले आहेत, असे कुणी म्हटले तर मी त्याचा बिलकूल इन्कार करणार नाही.

त्या फळ्यावरल्या मजकुराचा विचार करीत मी पुढे चालू लागलो. तसे पाहिले तर त्यात हसण्याजोगे असे काय होते? त्या परोपकारी सद्गृहस्थाने जे काही लिहिले होते, ते अमान्य करण्याची वाग्भटापासून मॅकफेडेनपर्यंत कुणाचीही छाती नव्हती. खुद्द माझा अनुभव काही निराळा होता, असेही नाही. अलीकडे अनेक वर्षे मी ऊन पाण्याने अंघोळ करीत असलो, तरी थंड पाण्याच्या स्नानाचा लहानपणीचा आनंद अजून मला अविस्मरणीय वाटतो. बाळपणीचा कृष्णेच्या घाटावर अंघोळीला जातानाचा चित्रपट अद्यापिही माझ्या डोळ्यांपुढे स्पष्टपणे उभा राहतो. सूर्याची कोवळी किरणे गणपतीच्या देवळावरल्या शिखरावर पडल्यामुळे ते चकाकत आहे, नदीच्या वाटेवर घाईघाईने जाणाऱ्या-येणाऱ्या प्रौढ व वृद्ध स्त्री-पुरुषांची रीघ लागलेली आहे, जांभळा कद नेसलेला कुणीतरी भव्य वेदोनारायण घाटाच्या पायऱ्या चढत-चढत जे सुंदर स्तोत्र म्हणत आहे, त्याचा अर्थ कळत नसला तरी संस्कृत शब्दातले आणि त्याच्या वाणीतले माधुर्य मनाला मोहून टाकीत आहे. 'हर गंगे' असा गोड घोष करीत कितीतरी माणसे कृष्णामाईच्या संथ-निर्मळ प्रवाहात निमज्जन करीत आहेत. पाण्यातून अनेक मस्तके एका क्षणी वर झाली, की जणू काही ही मंडळी एक प्रकारची कवायतच करीत आहेत, असा विचार मनाला गुदगुल्या करीत आहे, एवढी एवढी चिमुरडी पोरे टीचभर लंगोटे कसून घाटावरून मुटके टाकीत आहेत, सुरकांड्या घेत आहेत. हे सारे पाहून मन कसे प्रफुल्लित होई आणि मग मी स्वत: कृष्णामाईच्या कुशीत शिरल्यावर तिच्या शीतल, पण वत्सल स्पर्शाने अंगावर जे रोमांच उभे राहत, नदीच्या तळाशी जाऊन डोळे उघडल्यावर वाळूतल्या चमचमणाऱ्या कणांची जी मौज वाटे, परत वर येऊन उताणे पोहता-पोहता विशाल आकाशाकडे टक लावून पाहताना ज्या उन्मादाचा लाभ होई... छे! तीन हात लांब आणि दोन हात रुंद अशा स्नानगृहात बादलीभर ऊन पाण्याने अंघोळ करताना त्या नदीस्नानाची केव्हा केव्हा मला तीव्रतेने आठवण होते. मग 'रम्य ते

बाळपण देई, देवा फिरुनि' ही ओळ मी कितीतरी वेळ स्वत:शी गुणगुणत राहतो. समुद्रस्नानाचा आनंदही असाच अनुपम आहे. त्याचाही सुदैवाने मी मनमुराद आस्वाद घेतला आहे. शिरोड्याला असताना वर्षानुवर्षे उन्हाळ्यात संध्याकाळी मी समुद्रावर पोहायला जात असे. पाण्यात पाऊल टाकताच जणू काही लहानलहान डोंगरांच्या रांगा चालू लागाव्या, असा देखावा समोर दिसे. मॅक्बेथमधल्या चेटकिणींच्या भविष्यवाणीची मला त्यावेळी हटकून आठवण होई. त्या दृश्याच्या अद्भुततेने मी अगदी वेडा होऊन जात असे. पाच-दहा क्षणांत त्या लाटा पुढे येत आणि फुटून, फेसाळून लगबग मागे जाऊ लागत. मथुरेच्या बाजाराला घाईघाईने जाणाऱ्या गोपींना अर्ध्या वाटेवरच श्रीकृष्णाची मुरली ऐकू यावी आणि डोक्यांवरल्या चुंबळींवर डुचमळत असणारे दुधाचे घडे घाईघाईने फेकून देऊन आल्यापावली त्यांनी गोकुळाकडे धावत सुटावे, तसे काहीतरी हे रमणीय दृश्य पाहून मला वाटे आणि मग पुरुष-दोन पुरुष पाण्यात गेल्यावर लाटांशी आट्यापाट्या खेळण्याचा, त्यांच्या कटिखांद्यांवर एखाद्या बालकाप्रमाणे लीलेने चढण्याचा, दोन विशाल लाटांमधल्या झोळण्यात क्षणभर झुलण्याचा आणि क्षितिजापर्यंत पसरलेल्या अफाट निळसर गालिच्याची कलाकुसर पाहण्याचा जो आनंद मी लुटत असे, त्याचे वर्णन शब्दांनी करणे केवळ अशक्य आहे. समुद्राचे पाणी नदीपेक्षा उबदार, समुद्राचा स्वभावही नदीच्या मानाने रागीट आणि लहरी; पण कृष्णेच्या पाण्यात डुंबताना आईच्या मांडीवर बसून खेळण्याचा आनंद जसा मला मिळत असे, तसा समुद्रात पोहताना वडिलांच्या मांडीवर बसून क्रीडा करण्याचा उन्मादही मी उपभोगला आहे.

असा मनुष्य थंड पाण्याने अंघोळ करण्याच्या विरुद्ध असणे शक्य आहे काय? पण असे असूनही फळ्यावरला तो उपदेश वाचून, मनातल्या मनात का होईना, मी हसलो. माझे मलाच हे थोडेसे चमत्कारिक वाटू लागले. माझ्याबरोबरचे तरुण पाहुणे गप्पा मारता-मारता पुन:पुन्हा त्या लिखाणाची थट्टा करीत होते. त्यांचे हे बोलणे मला आवडले नाही, पण अस्वाभाविकही वाटले नाही. कारण यौवन निसर्गत:च अवखळ आणि अदूरदर्शी असते, या गोष्टीचा मला अद्यापही विसर पडलेला नाही. मी पंचविशीत होतो तेव्हा आरोग्याविषयी मोठ्या कळकळीने लिहिणारे किनरे मास्तर उठल्यासुटल्या आबालवृद्धांना एनिमा घेण्याविषयी उपदेश करीत. कॉलेजची काही वात्रट पोरटी 'स्वामी एनिमानंद' या नावानेच तेव्हा त्यांचा उल्लेख करीत असत. मिठाने सारे रोग बरे करता येतात, अशा श्रद्धेने प्रेरित झालेल्या रुईकर नावाच्या त्यावेळच्या एका सद्गृहस्थांनी तर संन्यास घेताना लवणानंद हेच नाव धारण केले होते. 'लवणाम्बुनस्य' हा त्यावेळी त्यांनी प्रचारात आणलेला शब्द मराठी भाषा अस्तित्वात असेपर्यंत कायम राहील. मात्र त्यांच्या उपदेशाप्रमाणे पहाटे उठून नाकातून मिठाचे पाणी किती लोक प्याले असतील, ते

एका परमेश्वरालाच माहीत! 'ब्रह्मचर्य हेच जीवन आणि वीर्यनाश हाच मृत्यू' असे मालगाडीसारखे लांबलचक नाव असलेले स्वामी शिवानंदांचे एक पुस्तकही त्यावेळी बरेचसे गाजले होते. विशी आणि तिशी यांच्यामध्ये असलेले आम्ही तरुण तेव्हा आडव्या रेघेला उद्देशून प्रेमकविता लिहिण्यात दंग असल्यामुळे शिवानंदांचा हा सल्ला आम्हाला पटणे सर्वस्वी अशक्य होते. त्यावेळी ही सारी मंडळी वेडी आहेत, असे इतरांप्रमाणे मलाही वाटे. आता माझे ते मत बदलले आहे. त्यांच्या वेडातही थोडाफार शहाणपणाचा भाग होता, असे मला प्रामाणिकपणाने वाटते. एनिम्याकडे मी आता तरुणाच्या तुच्छतेच्या दृष्टीने पाहू शकत नाही. उलट तो माणसाचा जिवलग मित्र आहे, असे म्हणण्यापर्यंत माझी मजल पोहोचली आहे. ब्रह्मचर्याच्या बाबतीत मी शिवानंदांच्या पुस्तकाची शिफारस माझ्या मुलांना करणार नाही, हे खरे! तथापि, ब्रह्मचर्य हा केवळ उपहासाचा विषय नाही, याची जाणीव त्यांना कशी करून द्यावी, या विवंचनेत सध्या मी आहे.

मग थंड पाण्याने स्नान करणे हितावह असते, या लहानपणापासून स्वत:ला अनुभवाने पटलेल्या गोष्टीला मनातल्या मनात तरी मी का हसावे? गावातल्या सर्व गल्ल्यांचा दौरा संपवून घरी परत येईपर्यंत मी या प्रश्नाचा राहून राहून विचार करीत होतो. दारात पाऊल टाकले, तोच माझ्या पत्नीने रागारागाने उच्चारलेले शब्द माझ्या कानावर पडले. ती मोलकरणीला भांडी स्वच्छ घासण्याविषयी बजावीत होती. तिची हे सांगण्याची आणि मोलकरणीचे ते ऐकण्याची कितवी खेप होती, याचा हिशेब चित्रगुप्तालासुद्धा ठेवणे शक्य नव्हते! मी हसतच माजघरात जाऊ लागलो. माझ्याकडे पाहून पत्नी म्हणाली,

"पुरुषांना काय कुठलीही गोष्ट हसण्यावारी नेता येते. पण एक दिवस हिच्याकडून काम करवून घ्या. तिनं भांड्यांना ठेवलेली राख डोक्यात नाही घातलीत, तर नाव बदलून घेईन."

मी का हसलो होतो, हे माझ्या पत्नीला सहज समजावून सांगणे शक्य नव्हते. तो फळ्यावरचा उपदेश वाचल्यापासून मला पडलेले कोडे घरात पाऊल टाकताच सुटले होते. माझ्या हसण्यात तिचा उपहास नव्हता. फक्त ते कोडे सुटल्याचा आनंद होता. कुणातरी वृद्धाची रिकामपणाची कामगिरी म्हणून आमच्या तरुण पाहुण्यांनी त्या फळ्यावरल्या मजकुराकडे पाहून आपली करमणूक करून घेतली असेल; पण मी त्या गृहस्थाला मनातल्या मनात हसलो होतो, त्याचे कारण आता मला उमगले. माझ्या हास्याचा जन्म एका कटू अनुभवाच्या पोटी झाला होता. त्यात मानवी जीवनाच्या सनातन दु:खाची छटा होती.

मोलकरणीने भांडी स्वच्छ करावीत, म्हणून जिवाचा आटापिटा करणारी माझी पत्नी, लोकांनी थंड पाण्याने अंघोळ करून आपले आरोग्य सुधारावे, या सदिच्छेने

फळ्यावरला तो मजकूर लिहिणारा अनामिक उपदेशक आणि त्यांच्याच पंक्तीतली जगातली छोटी-मोठी माणसे कधीही यशस्वी होत नाहीत, हेच ते दु:ख आहे. ही सारी मंडळी सामान्य असल्यामुळे त्यांचा उपदेश पालथ्या घागरीवरल्या पाण्याप्रमाणे होतो असे अनेकांना वाटले. पण मला मात्र ते पटत नाही. एवढा मोठा महाभारतकार व्यास... व्यासोच्छिष्टं जगत् सर्वम्। असे त्याच्याविषयी मोठमोठे पंडित म्हणत आले आहेत. जे महाभारतात नाही, ते जगात नाही, असे त्या महाकवीच्या प्रतिभेचे वर्णन केले जाते... पण या व्यासालासुद्धा शेवटी 'ऊर्ध्वबाहु: विरौम्येष: न कश्चित् शृणोति माम।' असा आक्रोश करावा लागलाच ना? 'मी सारी शक्ती एकवटून धैर्याने वागण्याचा जगाला उपदेश करीत आहे, पण माझं कोणीही ऐकत नाही. अशी केविलवाणी कबुली त्या महापुरुषाला अंती द्यावी लागलीच की नाही? जगात जिंकायला काही उरले नाही, म्हणून रडणाऱ्या सिकंदराच्या दु:खाने माझे मन कधीच व्यथित होत नाही. पण महाभारतकार व्यासांची ही करुण वाणी जेव्हा मला आठवते, तेव्हा मात्र माझे मन गुदमरून जाते. वाटते, त्याच्या या एका चरणात सर्व मानवी दु:खाचा उगम आहे. या जगात प्रत्येक महापुरुषाला आयुष्याच्या अंती असाच कबुलीजबाब द्यावा लागत असेल काय? गांधीजींची स्थिती शेवटी शेवटी व्यासांसारखीच झाली नव्हती का? अशा महापुरुषांना जिथे पदरी अपेश घ्यावे लागते, तिथे सामान्य माणसांच्या धडपडीला कोण भीक घालणार? त्यापेक्षा आपण कुणाला, कसलाही उपदेश करू नये, हेच बरे! म्हणजे निदान इतरांनी तो लाथाडलेला पाहून होणारे दु:ख तरी आपल्या वाट्याला येणार नाही!

जे कोडे सुटले असे मला वाटले होते ते आता अधिक बिकट होत चालले. आता मी ज्या निर्णयापाशी येऊन ठेपलो होतो, तो केवळ पळपुटेपणाच होता.

मी पुन्हा विचार करू लागलो. फळ्यावर थंड पाण्याविषयीचा तो मजकूर लिहिणाऱ्या मनुष्याची माहिती शास्त्रशुद्ध होती. त्याचा सद्हेतूही उघड होता. आजच्या महागाईत प्रत्येक पैची किंमत किती आहे, हे कळत असूनही दोन फळे व खडू यांचा खर्च त्याने निरपेक्षबुद्धीने केला होता. असे असूनही तो मजकूर वाचणाऱ्या शंभरापैकी एक तरी महात्मा घरी गेल्यावर 'अजून पाणी का तापलं नाही?' म्हणून बायकोला दरडावून विचारल्याशिवाय राहील किंवा काय, याविषयी निदान मला तरी शंकाच वाटते.

माझ्या गोंधळलेल्या मनापुढे एकदम कृष्णेचा तो प्रशांत प्रवाह उभा राहिला... समुद्रावरल्या गरबा नृत्य करणाऱ्या लाटा नाचू लागल्या. त्यांच्या थंड पाण्यात मी वर्षानुवर्षे जो मनसोक्त डुंबत आलो होतो, तो आरोग्यशास्त्र वाचून अथवा कुणाचा उपदेश ऐकून नव्हे, तर त्या डुंबण्यातला उन्मादकारक आनंद प्रत्यक्ष अनुभवल्यामुळे!

सर्वसामान्य मनुष्याच्या जीवनात असल्या आनंदालाच अधिक किंमत आहे;

किंबहुना तो त्याचा आत्मा आहे. कुठल्याही गोष्टीतल्या अशा आनंदाची जाणीव प्रत्येक मनुष्याला करून देण्याचा प्रयत्न जर उपदेश करणारे लोक करू लागले, तर महाराष्ट्रात गार पाण्याने अंघोळ करणारांची संख्या खूप वाढेल! एवढेच नव्हे, तर जगात समतासुद्धा लवकर प्रस्थापित होईल!

१९४९
∎

मला वाटते, हजारे होउनी
धावांचा डोंगर रचावा।
मला वाटते, उंदिर होउनी
डोंगर पोखरून टाकावा।
मला वाटते, हिटलर होउनी
जिकडे तिकडे बाँब फेकावेत।

या ओळी वाचता-वाचता मी हसू लागलो. त्या एखाद्या सुप्रसिद्ध मासिकात छापून आल्या असत्या, तर त्यांचा असा अपमान करण्याचे धैर्य मला झाले नसते. मग या छापील तीन ओळींत भरलेला त्रिभुवनातला रस खणून काढण्याकरिता मी डोके खाजवीत बसलो असतो. सध्याचा कुजलेला समाज ठिकठिकाणी कापून ठाकठीक करण्यासाठी निघालेल्या कुणातरी थोर नवकवीच्या प्रतिभेचा हा विलास आहे, या श्रद्धेने मी या ओळींचा अर्थ लावायला सुरुवात केली असती. वर वर पाहिले तर हजारे, उंदीर आणि हिटलर यांच्यात काय साम्य आहे? पण ही सर्व कवीला जी क्रांती हवी आहे तिची प्रतीके आहेत, असा साक्षात्कार मला झाला असता. हजाऱ्यांप्रमाणे धावांचा डोंगर रचणे म्हणजे समाजातल्या सर्व सुप्त शक्ती संघटित करणे, उंदराप्रमाणे डोंगर पोखरणे म्हणजे क्रांतीसाठी गुप्त चळवळ करणे आणि हिटलरप्रमाणे बाँब टाकून जग बेचिराख करणे म्हणजे नवनव्या कल्पनांनी परंपरागत समाजरचनेचा विध्वंस करणे, असे मोठमोठे गहन अर्थ मी या तीन ओळींतून काढले असते, पण...

या ओळी एका फाटक्या चिटोऱ्यावर लिहिल्या होत्या. तो कागदाचा कपटा माझ्या खोलीतल्या केराच्या टोपलीत पडला होता. अक्षर तेरा वर्षांच्या चिरंजीवांचे होते. मी पंधरा वर्षांचा असताना प्रियेला उद्देशून पुष्कळ कविता लिहिल्या होत्या. ती प्रिया कोण आहे, हे त्यावेळी तर मला ठाऊक नव्हतेच, पण त्या कविता लिहिल्याला तीन

मला वाटते

/ ३ /

तपे होऊन गेली, तरी तिचा मला अद्यापि पत्ता लागलेला नाही. त्या गोष्टीची आठवण होऊन चिरंजीवांच्या या तीन ओळींचे मला हसू आले. वाटले, मोठेपणी या ओळी त्याला आठवतील का? आठवल्या, तर त्याला काय वाटेल? हसू येईल नाही?

लगेच मनात आले, काव्य म्हणून या ओळी हास्यास्पद असतील; पण मानसशास्त्राच्या दृष्टीने त्यात काहीच अर्थ नाही, असे म्हणता येईल का? त्याचा क्रिकेटचा नाद या ओळींत प्रतिबिंबित झाला आहे... हिटलरचा संबंध त्याच्या खोडकर स्वभावाशी लावता येईल!

त्याच्यासारख्या मुलांची गोष्ट सोडून दिली, तरी प्रत्येक प्रौढ माणसालासुद्धा अधूनमधून आपण दुसरे कोणीतरी झालो असतो तर बरे झाले असते, असे वाटतेच की नाही? ते का? सार्त्रच्या एका कादंबरीतला प्रोफेसर दारू-दुकानातल्या नोकराकडे मोठ्या उत्कंठेने पाहू लागतो. त्याचा मित्र त्याला विचारतो,

'असा रोखून काय पाहतोस त्याच्याकडे?'

तो प्रोफेसर उत्तरतो,

'या नोकराचा हेवा वाटतोय मला! मोठं गमतीचं काम आहे हे!'

त्याचा मित्र उत्तरतो,

'पण तुला हे काम नीट जमणार नाही. आतबट्ट्याचा धंदा होईल हा तुझा. तुझ्या हातून भराभर पेले फुटत जातील, त्यांचे सारे पैसे मालक भरून घेईल आणि मग पगारातली पैसुद्धा तुला मिळणार नाही.'

ती कादंबरी मी वाचली तेव्हा तो प्रोफेसर प्रथमदर्शनी मला मोठा विक्षिप्त वाटला. पण थोडा विचार केल्यावर त्याला दारू-दुकानातला नोकर होण्याची लहर का आली, हे माझ्या लक्षात आले. कुठलाही जीवनक्रम माणसाच्या अंगवळणी पडला, की त्यात एक प्रकारचा नीरसपणा उत्पन्न होतो. दररोज त्याच मुलामुलींचे चेहरे पाहायचे, तीच पुस्तके शिकवायची, त्याच कोट्या करायच्या... किती वर्षे त्या बिचाऱ्या प्रोफेसराने हसतमुखाने हे करीत राहावे? दारू-दुकानातल्या नोकराला दररोज नवनवीन गमती पाहायला मिळत असतील, असे त्याला वाटले तर त्यात आश्चर्य करण्यासारखे काय आहे?

माझीच गोष्ट पाहा ना! गेली तीस वर्षे मी लिहीत आहे. त्यामुळे लेखनाच्या सुंदर कल्पना मनात घोळत असतानासुद्धा अनेकदा लिहायला बसायचा मला कंटाळा येतो. मनातल्या मनात त्या कल्पनांशी खेळण्यात मला मोठा आनंद वाटतो. पण तास नि तास मांडी घालून बसायचे, पुन:पुन्हा खोडाखोड करायची, कुठे गाडे अडले, की स्वत:वर चिडायचे आणि इतक्या खटाटोपाने केलेले लेखन लोकांना आवडेल की नाही, या कल्पनेने मनाला रुखरुख लावून घ्यायची. असल्या तापदायक धंद्यापेक्षा आपण दुसरा काही उद्योग केला असता तर बरे झाले असते,

असे माझ्या मनात पुष्कळदा येते. आपल्या संस्कृत सुभाषितकारांच्या अंगी कल्पकतेबरोबरच मनुष्यस्वभावाचे मार्मिक ज्ञान होते, त्यात शंका नाही. अति परिचयाच्या पोटी अवज्ञा कशी उत्पन्न होते, हे त्यातल्या त्यात एका कवीने किती सुंदर रीतीने सूचित केले आहे. मलयपर्वतावरली भिल्लीण चुलीला चंदनाची लाकडे लावते, असे तो म्हणतो. वृत्ताच्या बंधनामुळे या कवीला आपली कल्पना दोनच ओळींत मांडावी लागली. म्हणून तो एवढेच सांगून थांबला. पण त्याला चार ओळींचा श्लोक लिहायचा असता, तर चंदनाची लाकडे चुलीत घातल्यावर ती भिल्लीण आपल्या लांड्या लुगड्याचा पदर नाकाला लावते आणि 'या लाकडांच्या घाणीनं माझं डोकं उठलंय. उद्यापासून कुठल्या तरी लांबच्या डोंगरावरून लाकडं आणीत चला' असे नवऱ्याला बजावते, असे करायला तो मुळीच कचरला नसता!

या भिल्लिणीसारखी जेव्हा जेव्हा माझी स्थिती होते, तेव्हा तेव्हा आपण लेखक झालो नसतो तर काय केले असते, याचा मी मनाशी विचार करू लागतो. मग लहानपणाच्या अनेक आठवणी जाग्या होतात. त्यावेळीही मला कुणी ना कुणी तरी व्हावेसे वाटेच. मात्र ते वाटणे वयोमानावर अवलंबून असे. मी पाच वर्षांचा होतो, तेव्हा मोहरममधला वाघ होण्याची इच्छा माझ्या मनात तीव्रतेने निर्माण झाली होती. ते रंगविलेले अंग, ते अंगावरले लांब लांब पट्टे, ते शेपूट हलविण्याचे कौशल्य आणि लहान लहान मुलांच्या जवळ जाऊन त्यांना भिवविण्याचा आनंद त्यावेळी स्वप्नात मी अनेकदा मनमुराद अनुभवला. पण पुढे लवकरच मला भरपूर नाटके पाहायला मिळू लागली. पौराणिक नाटकांतले ते सुंदर फेटे, ते जरीचे पोशाख, त्या तलवारी वगैरेंचा परिचय होताच त्या वाघावरून माझे मन उडाले. 'शाकुंतला'तला दुष्यंत आणि 'सौभद्रा'तला कृष्ण हा माझा आदर्श ठरला. मात्र वाघ होण्यापेक्षा दुष्यंत होणे फार कठीण आहे, हे मला कळत नव्हते, असे नाही. त्या वाघाला फक्त अधूनमधून डरकाळी फोडावी लागे. तिच्यात माणसाचा आवाज मिसळलेला असला तरी चाले; पण कृष्ण-दुष्यंतांना तबला-पेटीच्या साथीवर गावे लागे. मला तर बिलकूल गाता येत नव्हते. बेसूर गाणाराला प्रेक्षक भजी मारतात, मुंबईला तर त्याला गंडेऱ्यांचाही प्रसाद मिळतो, असे मी नेहमी ऐकत आलो होतो. ऊस कितीही गोड असला, तरी त्याचे कांडे दुरून भिरभिरत येऊन टाळकीत बसणे ही काही फारशी सुखावह गोष्ट नाही, हे त्या वयातही मला कळत होते. मी मुकाट्याने नट होण्याचा नाद सोडून दिला.

त्यावेळची माझी अशी किती सुखस्वप्ने सांगावीत? ढुमढुम करीत डोंबाऱ्यांचा खेळ आळीत आला, की त्यातल्या कसरत करणाऱ्या पोरावर माझी नजर खिळून राही. त्या पोरासारखे आपण व्हावे, असे वाटे. पण पुढे चार दिवसांनी सर्कस पाहिली, की सर्कशीतच आपल्याला नाव काढता येईल, असे मनात येई. मात्र त्यावेळचा माझा एक आदर्श अजूनही माझ्या मनात कायम राहिला आहे. तो म्हणजे गस्तवाला. केव्हातरी

मध्यरात्रीनंतर अचानक माझी झोप उडे. मग गस्तवाल्याचा आवाज ऐकण्याकरिता मी अंथरुणावर मुद्दाम जागा राहत असे. जिकडेतिकडे सारे चिडीचीप असे. सिंदबादप्रमाणे आपण वाहत-वाहत कुठल्या तरी निर्जन बेटावर येऊन पडलो आहोत आणि तिथल्या गुहेत झोपलो आहोत, असा मला भास होई. फक्त घरातल्या घड्याळाची टिकटिक ऐकू येई. पण तो गुहेतल्या बेडकासारखा एखाद्या प्राण्याचा आवाज आहे, असे मला वाटे. भूत-पिशाचांच्या ऐकलेल्या साऱ्या गोष्टी डोळ्यांपुढे उभ्या राहत. अंगावर भीतीचा काटा उठे. अशा स्थितीत 'घरवाले, हुश्शार है' असा घनगंभीर स्वर कानांवर पडला की, माझ्या अंगावरल्या भीतीच्या काट्याचे आनंदाच्या रोमांचांत रूपांतर होत असे. जगातल्या सर्व सात्विक शक्ती त्या स्वरात अवतरल्या आहेत, या भावनेने मी तो ऐकत अंथरुणावर पडे. काळोखाला न भिणारा, चोराचिलटांना दाद न देणारा, भूत-पिशाचांना भीक न घालणारा गस्तवाला! अंथरुणावरून उठावे आणि त्याला डोळे भरून पाहावे, असे मला वाटे. एकदा तेवढा धीर केला. ते दृश्य अजून जसेच्या तसे माझ्या डोळ्यांपुढे उभे आहे. दारातले कडुलिंबाचे झाड, अंधूक प्रकाशात हलणाऱ्या त्याच्या फांद्यांच्या सावल्या, गणपतीच्या देवळाकडून येणारे ते दोन गस्तवाले... त्यावेळी हल्लीसारख्या निवडणुका असल्या, लहान मुलाला मतदानाचा हक्क असता आणि ते दोघे गस्तवाले निवडणुकीला उभे राहिले असते, तर मी माझी सारी मते त्यांनाच दिली असती. हिंदुस्थानाचेच काय, साऱ्या जगाचे राज्य चालवायला ते पात्र आहेत, असे छातीवर हात ठेवून मी सांगितले असते.

आता प्रौढपणी लेखकाचा धंदा सोडून दिल्यावर मी गस्तवाला होईन की नाही, याविषयी मी साशंक आहे. पण आगगाडीचा ड्रायव्हर होण्याची कल्पना मला अजूनही फार आवडते. मात्र मी दिवसाचे काम पत्करणार नाही. त्यात तितकेसे काव्य नाही. मध्यरात्र होऊन गेली आहे, आपल्या मागच्या धावत्या खोल्यात शेकडो माणसे सुखाने झोपी गेली आहेत. त्यातल्या अनेकांना मधुर स्वप्ने पडत आहेत, कुणी विरहिणी माहेरवास संपवून पतीकडे निघाली आहे, कुणी सुगृहिणी आपल्या कुशीतले तान्हे बाळ 'तिकडे' दाखवायला उत्सुक झाली आहे, कुणी वृद्ध पिता आग्रहावरून त्याच्या नोकरीच्या गावी जात आहे, कुणी प्रेमळ माता आपल्या आजारी मुलाच्या शुश्रूषेकरिता धावत आहे आणि या सर्वांची इच्छा सफल करण्यात आपला थोडा ना थोडा भाग आहे, ही कल्पनाच किती सुखदायक आहे! रात्रीच्या ड्रायव्हरला पाहायला मिळणारे सृष्टिसौंदर्यही असेच अपूर्व असले पाहिजे. कधी सुखी संसाराच्या स्वामिनीप्रमाणे चांदण्यांत न्हाहून गेलेली धरणी, तर कधी सुखाच्या आशेने पुलकित झालेल्या दुर्दैवी तरुणीप्रमाणे वद्यपक्षातल्या चंद्रोदयाने उजळलेली अवनी! आकाशातून गुलाबदाणीप्रमाणे झिमझिम पाऊस पडो अथवा त्याच्यातून धबधब्याप्रमाणे मुसळधारा कोसळोत, लाजऱ्या परकरी पोरीप्रमाणे चंद्रकोर ढगाआडून

डोकावून पाहो अथवा बेभान नर्तकीप्रमाणे विजेचे तांडवनृत्य सुरू राहो, ते पाहत धाडधाड, खाडखाड करीत पुढे जायचे... ही कल्पना मला फार फार आवडते. पण मधेच मन कचरते. अलीअलीकडे जागरणे मला फारशी सोसत नाहीत. समजा मी असा ड्रायव्हर झालो आणि एखाद्या दिवशी डुलक्या घेऊ लागलो तर...

तर जे काही होईल, त्याचे चित्रसुद्धा डोळ्यांपुढे उभे करायला मी तयार नाही. त्यापेक्षा रात्री भरधाव धावणाऱ्या आगगाडीच्या पहिल्या, दुसऱ्या व तिसऱ्या वर्गात तीन माणसे झोपली आहेत आणि त्या तिघांची आयुष्ये विलक्षण रीतीने निगडित करू पाहणारे दैव त्यांची स्वप्ने पाहून स्वत:शीच हसत आहे, अशी कल्पना करून एखादी सुंदर कादंबरी लिहिणे हजारपटींनी चांगले!

'हरिदासाची कथा मूळ पदावर' हेच खरे! लेखकाच्या धंद्याचा कंटाळा आल्यामुळे तो सोडायच्या माझ्या इच्छेचा प्रत्येक वेळी असाच शेवट होतो. केवळ पैशाकडे पाहिले तर लेखक होणारा मनुष्य वेडा व व्यापारी होणारा गृहस्थ बृहस्पती असला पाहिजे, हे उघड आहे. त्यामुळे एखादे वेळी मी व्यापाऱ्याच्या वेशात स्वत:ची मूर्ती डोळ्यांपुढे उभी करतो, नाही असे नाही. पण लगेच मला वाटते, हा आपला अव्यापारेषु व्यापार होईल. तुकाराम आम्हा लेखकांतला केवढा प्रतिभासंपन्न मनुष्य! पण त्याला जिथे पिढीजात चालत आलेला वाण्याचा धंदा नीट सांभाळता आला नाही, तिथे माझ्यासारख्याचा काय पाड लागणार? पांढऱ्यावर काळे करणाऱ्यांचे ते काम नव्हे. त्याला पांढरे किंवा काळे यातला फरक न जाणवण्याइतका स्थितप्रज्ञ मनुष्य हवा.

संन्यासी होणे हा काही माणसाचा धंदा होऊ शकत नाही. पण मला अशा प्रकारच्या जीवनाविषयी पहिल्यापासून आकर्षण आहे, हे मात्र खरे. एका ज्योतिषाने नाव नसलेली माझी पत्रिका पाहून हा मनुष्य गुंड तरी होईल किंवा संन्यासी तरी होईल, असे माझ्या एका स्नेह्यांना सांगितले होते. गुंड होणे ही आधुनिक काळातली उत्कर्षाची गुरुकिल्ली आहे, हे अनेक लोकांकडे पाहून मलाही पटते. पण गुंड व्हायलाही अंगात काही विशेष गुण असावे लागतात. त्यांचा माझ्या ठिकाणी संपूर्ण अभाव आहे. तेव्हा ते भविष्य खरे व्हायचे असेल, तर आपण संन्यासीच होण्याची शक्यता आहे, असे मला वाटू लागते. हा पेशा काही तसा वाईट नाही... विशेषत: सध्याच्या महागाईच्या काळात! एका चांगल्या धोतरजोडीला वीस-पंचवीस रुपये पडतात. ही विवंचना संन्याशाला कधीही गांजून सोडणार नाही. अन्नप्रश्न त्याच्या दृष्टीने फार सुलभ आहे. कुठे ना कुठे त्याला पुडी मिळत राहतेच.

अर्थात संन्यासी झाल्यावर मी हिमालयात जाईन, हे उघड आहे. कालिदासाने पृथ्वीचा मानदंड मानलेला हा गिरिराज डोळे भरून पाहावा, असे पंधराव्या वर्षापासून मला वाटत आले आहे. पण संसार म्हणजे एक मोठा विचित्र पिंजरा आहे. त्या पिंजऱ्याचे गज तर कुणाला दिसत नाहीत, पण त्यातले पाखरू कितीही फडफडले,

तरी त्याला कुठे दूर उडून जाता येत नाही. त्यामुळे लेखकाऐवजी संन्यासी होण्याची कल्पना मला अनेकदा मोठी आकर्षक वाटते. पण लगेच मनात येते, आपण अजून हिमालय पाहिला नाही, म्हणून त्याच्या त्या भव्य, रम्य स्वरूपाची एवढी विलक्षण मोहिनी आपल्याला पडली आहे. पण त्याच्या शुभ्र-उत्तुंग शिखराचे दररोज दर्शन होऊ लागले, म्हणजे आपल्याला वाटू लागेल,

'असं काय मोठं आहे त्या शिखरात? प्रचंड हत्तीचा उत्तुंग शुभ्र दंत म्हणजे एकेक हिमाच्छादित शिखर!'

मग तिथले पांढरेशुभ्र बर्फ पाहता पाहता वांगी-भाताच्या ढिगावर पसरलेल्या खोबऱ्याची केळकरांची उपमा आपल्याला आठवू लागेल आणि ती आठवली, म्हणजे आपला संन्यास संपुष्टात आलाच म्हणून समजावे. हिमालयात आपल्याला वांगी-भात कोण करून घालणार? त्यासाठी घरीच परत यायला हवे! बरे, हट्टाने आपण तिथल्या एखाद्या गुहेत मुक्काम ठोकला, तरी तिथे आपला वेळ कसा जाणार? ध्यानधारणा वगैरे प्रकरणे काही केल्या आपल्याला जमणार नाहीत. जुन्या पोथ्यांखेरीज तिथे काही वाचायला मिळणार नाही. मात्र एक गोष्ट चांगली होईल. आपल्या त्या पुनर्जन्माच्या कल्पनेवर आधारलेल्या कादंबरीला हिमालयाच्या वातावरणाची पार्श्वभूमी मिळाली, तर तिला मोठी रंगत येईल. बस्स! ठरले! आता लेखनाचा कंटाळा आला, की संन्यासी होऊन हिमालयात जायचे. दोन-तीन महिने तिथल्या वातावरणाशी तद्रूप व्हायचे आणि मग ती कादंबरी...

म्हणजे माझ्या संन्यासाचा शेवट लेखक होण्यातच होणार! मग ती भगवी वस्त्रे पांघरण्याचे सोंग तरी कशाला हवे?

प्रत्येक प्रौढ मनुष्याला हाच अनुभव येत असला पाहिजे, अशी माझी खात्री आहे. चाकोरीला कंटाळून तो तिच्याबाहेर पडू इच्छितो. पण थोड्या वेळाने नकळत तो त्या चाकोरीतूनच चालू लागतो. आपण अमुक व्हावे, तमुक व्हावे असे त्याच त्याच जीवनक्रमाला कंटाळलेल्या माणसाला वाटते खरे, पण त्या वाटण्यात बहुधा दूरत्वामुळे दिसणाऱ्या सौंदर्याचा भागच अधिक असतो. सार्त्रच्या कादंबरीतला तो प्रोफेसर खरोखर दारू-दुकानात नोकर म्हणून राहिला असता, तर चार दिवसांत आपल्या कामाला कंटाळला असता... ऐटीने दुकानात येऊन बसणाऱ्या आणि मजेत पेयाचे घुटके घेणाऱ्या प्रोफेसराचा जन्म आपल्याला देवाने का दिला नाही, असे त्याला वाटू लागले असते.

म्हणूनच अलीअलीकडे मला वाटते, अधूनमधून आपल्याला लेखनाचा कंटाळा येतो, हे मोठे चांगले लक्षण आहे. त्यामुळेच आपण उत्साहाने नव्या लेखनाकडे वळू शकू.

१९५२

■

आज सकाळी एक चमत्कार घडला. मी एकदम पाच-सहा वर्षांचा लहान मुलगा झालो. अंगावरून वाहून गेलेले पन्नास पावसाळ्यांचे पाणी पुन्हा बाळपणाच्या आढ्याला चढले.

तुम्ही मनात म्हणाल, स्वारी कुठल्या तरी कायाकल्पाच्या फंदात पडलेली दिसतेय. पण म्हणावे, पंडित मदनमोहन मालवीयांनी देखील हा प्रयत्न केला होता. पण तो शेवटी अयशस्वी झाला. कुठल्या तरी जडीबुटीने वृद्ध माणसाला पुन्हा तरुण होता आले, तर तो बुटीवाला एका दिवसात कुबेराला विकत घेण्याइतका श्रीमंत होईल! सिनेमानट्यांची गोष्ट सोडाच, पण अगदी सामान्य माणसेसुद्धा अस्सल यौवनरसायन देणाऱ्या त्या माणसाची देव म्हणून पूजा करू लागतील. मग कलप तयार करणाऱ्या कारखान्यांचे हा-हा म्हणता दिवाळे निघेल. सर्व आध्यात्मिक ग्रंथांचे प्रकाशक, आपल्या धंद्यात अशी मंदीची लाट पूर्वी कधी आली नव्हती, म्हणून देव पाण्यात घालून बसतील. 'जातस्य हि ध्रुवो मृत्यु:' असल्या श्लोकांचे चरण देवळातसुद्धा कानावर पडणार नाहीत. 'डोळे हे जुलमी गडे रोखुनि मज पाहु नका' आणि 'अशी कशी धुंद मस्तीत चालशी, मुली?' या कविवर्य तांब्यांच्या ओळी तसल्या श्लोकांची जागा घेतील. तरुण पिढी आणि वडील पिढी यांच्यात सतत चालणाऱ्या कुरबुरीचे नावसुद्धा ऐकू येणार नाही. कारण या यौवनरसायनाच्या प्रसारामुळे म्हातारा माणूस औषधालासुद्धा कुठे मिळणार नाही.

अडचण एकच आहे! अशा प्रकारचे रसायन अजून जगात तयार झालेले नाही, पुढेही होण्याचा संभव नाही.

पण आयुष्यात असे काही क्षण येतात, की त्यावेळी प्रौढ मनुष्याला बाळपणाची किंवा यौवनाची धुंदी चढते.

आज सकाळी माझे तसेच झाले. अकरा वाजता एका संस्थेच्या कार्यकारी मंडळाची सभा आटोपून मी घराकडे वळलो. अंगणात जे पहिले पाऊल टाकले,

फुलपाखरू

/४/

ते तिथेच खिळून राहिले. माझ्या स्वागताकरिता एक फुलपाखरू तिथे भिरभिरत नृत्य करीत होते. जणू काही पुष्पसृष्टीतले चिमुकले विमानच! त्याचे ते चिमणे पोपटी पंख, त्या पंखांवरले ते इवले इवले काळे ठिपके आणि या दोन रंगांना उठाव देणाऱ्या त्याच्या शरीरावरच्या अनेक रंगांच्या छटा पाहून मी थक्क झालो. जवाहिऱ्याच्या दुकानात दिसणाऱ्या दागिन्यांकडे मी आजपर्यंत कधीच निरखून पाहिलेले नाही. पण या फुलपाखराचे ते अद्भुत सौंदर्य मी तृषार्त डोळ्यांनी पीत होतो, एकसारखा पीत होतो, घटघटा पीत होतो आणि तरी माझी तृप्ती होत नव्हती. माझे डोळे ते सौंदर्य टिपून घेऊन माझ्या मनात लपवून ठेवीत होते. पण पुढल्याच क्षणी रातराणीच्या सुगंधाप्रमाणे ते अचानक गुप्त होत होते.

त्या चिमण्या फुलपाखराचे रंग पाहून मला वाटले, जिच्यावर इंद्रधनुष्यांची तोरणे उभारलेली असतात, जिच्या घाटाच्या पायऱ्या कुबेराच्या भांडारातल्या नवरत्नांनी घडविलेल्या असतात आणि निर्माल्य म्हणून नाना रंगांची फुले जिच्यात नित्य सोडली जातात. अशा कुठल्या तरी स्वर्गीय नदीच्या परिसरात या फुलपाखराचा जन्म झाला असावा.

आमच्या अंगणात येऊन ते का खेळत आहे, हेच मला कळेना. तशी काही आमच्या घराभोवती बाग नाही किंवा सुंदर फुले नाहीत. त्याला आकर्षण वाटावे, असे इथे काहीच नाही. तरीही ते वेडे स्वत:भोवती गिरक्या मारीत सर्कशीतल्या मृत्युगोलात मोटारसायकल फिरविणाऱ्या साहसी खेळाडूप्रमाणे पुन:पुन्हा वळत आणि फिरत राहिले होते.

त्याच्याकडे पाहता-पाहता मी भान विसरून गेलो. त्याला धरण्यासाठी त्याचा पाठलाग करू लागलो. अंगण उघडे आहे आणि रस्त्यावरून जाणारी-येणारी माणसे फुलपाखरू पकडण्याचा प्रयत्न करणाऱ्या सत्तावन्न वर्षांच्या एका माणसाकडे पाहून हसत आहेत, याची मला कल्पना नव्हती.

त्या फुलपाखराला पाहिल्यापासून मी एका नव्या जगात प्रवेश केला होता. तिथे फक्त आम्ही दोघेच होतो. ते फुलपाखरू अनेकदा माझ्या इतके जवळ आले, की मी त्याला सहज पकडू शकलो असतो. पण माझा हात ज्या क्षणी पुढे होई, त्या क्षणी ते दूर गेलेले असे. ते हुतुतू करीत जणू काही माझ्या पार्टीत येत होते आणि मला हुलकावण्या दाखवून पुन्हा सुरक्षितपणे आपल्या पार्टीत परत जात होते.

त्याने किती वेळा मला अशा गोड हुलकावण्या दिल्या, याची गणतीच करता येणार नाही. सुखाची देवताच त्या फुलपाखराचे रूप धारण करून आली आहे, असे मला वाटते.

त्याला सोडून मला घरात जाववेना. मी त्याच्याकडे पाहत उभा राहिलो आणि

कुठल्या क्षणी ते भुर्रकन दूर गेले, तेही मला कळले नाही. एखादा अतिमधुर आलाप कानावर पडावा आणि लगेच हवेत विरून जावा, तसे मला झाले!

ते फुलपाखरू मी पाहिल्याला आता बारा तास झाले आहेत. रात्रीचे अकरा वाजले आहेत. दिवसा एखाद्या अवखळ पोराप्रमाणे हुंदडणारे हे घर शांतपणे झोपी गेले आहे. ते नाना प्रकारची स्वप्ने पाहत आहे. पण मी मात्र माझ्या अंथरुणावर या कुशीवरून त्या कुशीवर वळत पडलो आहे. खिडकीतून आलेल्या चांदण्याने माझ्या उशीला नवा सुंदर जाळीदार अभ्रा चढविला आहे. पण त्याचे सौंदर्य मला मोहवू शकत नाही. मला राहून-राहून त्या फुलपाखराची आठवण होत आहे.

ते या वेळी कुठे असेल? दमून झोपले असेल? फुलपाखरे झोप कशी घेतात? कुठे घेतात? मला जशी त्याची आठवण होत आहे, तशी त्याला माझी आठवण होत असेल काय? ते पुन्हा कधी मला दिसेल का? दिसले, तर तेच हे फुलपाखरू म्हणून मला ओळखता येईल का? या विशाल विश्वात कुठेतरी त्याचा जन्म झाला. कुठेतरी माझा जन्म झाला. आज दुपारी योगायोगाने आमची दोघांची भेट झाली. पण ती पुन्हा कधी होईल का?

ती होवो अथवा न होवो, त्या फुलपाखराला मी कधीही विसरू शकणार नाही. ते जागेपणी मला दिसणार नाही, पण ते निश्चित माझ्या स्वप्नात येईल.

मनुष्य स्वप्नांवर जगतो, तो काय उगीच?

१९५४
■

सहज वर्तमानपत्र चाळता-चाळता तो मजकूर मी वाचला. तो वाचता-वाचता अगदी खोल गेलेली एखादी जखम एकदम उघडी पडावी, तसे झाले. विचित्र मानसिक वेदनांनी मी व्याकूळ झालो.

सारा दहा-बारा ओळींचा मजकूर होता तो. त्यात वर्णन केलेली घटना घडून पुष्कळ वर्षे झाली होती. ती घटना आपल्या देशातलीसुद्धा नव्हती. तेव्हा माझ्या प्रेमभंगासारखी काही भानगड त्यात नव्हती, हे सांगायला नकोच. तसे पाहिले तर त्या मजकुराचे काहीच सोयरसुतक नव्हते मला. पण तो वाचताना शेक्सपिअरच्या 'हॅम्लेट'सारखे जीवनावर प्रखर प्रकाश टाकणारे शोकांत नाट्य आपण पाहत आहोत, असा भास मला झाला.

विद्यार्थिदशेत मी अनेक वेळा 'हॅम्लेट' नाटक पाहिले आहे. गणपतराव जोश्यांची अप्रतिम भूमिका पाहण्याचा मोह अनावर होऊन ते पुन:पुन्हा पाहिले आहे. त्यावेळी जगाचा अनुभव असा मला काहीच नव्हता. त्यामुळे दोन-चार खून असलेले नाटक पाहून किंवा 'कालिकामूर्ती'सारखी भयंकर कादंबरी वाचून मी ढाराढूर झोपत असे. याला अपवाद होता, तो एका हॅम्लेट नाटकाचा. ते पाहून आल्यावर प्रत्येक वेळी मी अंथरुणावर तळमळत पडायचो. सारखा या कुशीवरून त्या कुशीवर व्हायचो. मधेच जाग येऊन खोलीतल्या सोबत्याने, 'काय रे, काही चावतंय का?' असे विचारले, तर मी नुसता 'हूं' म्हणत असे. जे काही मला चावत होते, ते त्याला कसे समजावून सांगायचे? राहून-राहून माझ्या मनात येई, चंद्रसेनाने काय पाप केले होते म्हणून त्याला इतक्या अनामिक यातना भोगाव्या लागल्या? जन्माला आलेल्या प्रत्येक मनुष्याला आज ना उद्या मरणाला मिठी मारावी लागते, हे खरे. पण या नायकाच्या नशिबी इतका भयंकर मृत्यू लिहिण्यात शेक्सपिअरचा हेतू काय होता? त्याची प्रेयसी मल्लिका... किती गोड, अल्लड, साधीभोळी मुलगी! तिला वेड लागले आणि त्या वेडाच्या भरात पाण्यात पडून ती बुडून मेली,

रोमेल पेपर्स

/५/

असे सांगताना लेखकाला काय सूचित करायचे होते? चंद्रसेन व मल्लिका या निष्पाप जीवांच्या बाबतीत दैवाने इतके निर्दय का व्हावे?

या प्रश्नांची उत्तरे आजसुद्धा मी देऊ शकत नाही. त्यावेळी तर काय, मी एक कोवळा बच्चा होतो. जग हे काव्यातल्या गोड संकेताप्रमाणे चालत असले पाहिजे, असे मला वाटत होते. शिवलीलामृतातल्या साऱ्या कथा... सीमंतिनीपासून चांगुणेपर्यंतच्या... खऱ्या मानून, जीवनाचा अर्थ लावण्याची धडपड मी त्या काळात करीत होतो.

ती धडपड अयशस्वी झाली. काळजात खोल खोल जखम करून गेली. पुढे आयुष्याचा धकाधकीचा मामला सुरू झाला. धक्काबुक्कीत माझे अंग चांगले रगडून निघाले. पण काळजातल्या त्या विचित्र जखमेवरली खपली उडून जावी, असे प्रसंग त्या मानाने थोडे आले. पण आज मुग्ध वयातले माझे ते विचित्र दु:ख पुन्हा उफाळून वर आले होते. तेही आयुष्यातल्या एखाद्या कठोर धक्क्याने नव्हे, तर वर्तमानपत्रातल्या दहा-बारा ओळी वाचून!

'रोमेल पेपर्स' या पुस्तकाच्या परिचयातल्या त्या पहिल्या ओळी वाचताच माझे अंग शहारून निघाले. मन उदास झाले. बाळपणीचे प्रश्नचिन्ह राक्षसी आकार धारण करून पुन्हा पुढे उभे राहिले. या पुस्तकाच्या प्रारंभी त्या जगप्रसिद्ध सेनापतीचा मुलगा मॅनफ्रेड याने आपल्या बापाच्या मृत्यूची हकिकत सांगितली आहे. मॅनफ्रेड त्यावेळी अवघा चौदा वर्षांचा होता. तो सांगतो -

माझे वडील खोलीच्या मध्यभागी उभे होते. त्यांच्या चेहऱ्यावर एक प्रकारचा निस्तेजपणा दिसत होता. ओढलेल्या आवाजात ते मला म्हणाले,

"बेटा, माझ्याबरोबर जरा बाहेर ये."

आम्ही दोघे माझ्या खोलीत गेलो. वडील एक एक शब्द उच्चारीत उद्गारले, "पंधरा मिनिटांत माझं प्रेत तुमच्या दृष्टीला पडेल, हे तुझ्या आईला नुकतंच मला सांगावं लागलं."

शांतपणानं ते पुढे बोलू लागले,

"आपल्या माणसांच्या हातांनी येणाऱ्या मृत्यूपुढं मान वाकविणं मोठं कठीण आहे. पण हिटलरनं माझ्यावर देशद्रोहाचा आरोप ठेवला आहे. घराभोवती कडक पहारा बसला आहे. आफ्रिकेत माझ्या मातृभूमीची मी मोठी सेवा केली ना? तिचं बक्षीस हिटलरच्या हातानं मला मिळत आहे. लष्करी चौकशीचा फार्स नको असला, तर विष घेऊन मरण्याची सवलत मोठ्या दयाळूपणानं त्यानं मला दिली आहे. बाहेर उभ्या असलेल्या दोन सेनापतींनी विष आणलेलं आहे. ते विष मात्र मोठं प्रामाणिक आहे हं! तीन सेकंदांत ते आपलं काम करतं."

रोमेल त्या सेनापतींच्याबरोबर गाडीत बसून गेला. एका महान सेनानीचा अंत

अशा रीतीने झाला.

शूर रोमेलच्या वाट्याला असा मृत्यू का यावा? लहानपणी हॅम्लेट पाहिल्यावर मन ज्या प्रश्नानं अस्वस्थ होत असे, तोच दत्त म्हणून माझ्यापुढे उभा राहिला होता. रोमेल युद्धामध्ये मारला गेला असता, तर गोष्ट निराळी होती. कर्तृत्वात त्याच्या पासंगालासुद्धा न पुरणारी माणसे जिवंत राहावीत आणि रोमेलला नियतीने कुत्र्याच्या मौतीने मारावे, यात न्याय कुठे आहे?

त्या वर्तमानपत्राकडे पाहता पाहता महाभारतातल्या कर्णाची मला आठवण झाली. श्रीकृष्णापेक्षाही त्याचे व्यक्तित्व मला नेहमीच अधिक आकर्षक वाटत आले आहे. तो शूर आहे, उदार आहे. व्यवहाराच्या ताजव्याकडे पाहून मग काय करायचे ते ठरवावे, असा विचार स्वप्नातही त्याच्या मनाला शिवत नाही. अंगदेशाचे राज्य देऊन ज्याने आपल्यावर उपकार केले, तो दुर्योधन कसाही असला, तरी त्याच्याशी आपण एकनिष्ठ राहिले पाहिजे, एवढेच तो जाणतो. उदार म्हणून त्रिभुवनात त्याची कीर्ती झाली. कवचकुंडले मागण्याकरिता ब्राह्मणाचे रूप घेऊन इंद्र आला. त्याचा कावा काय कर्णाला कळला नव्हता? पण कुणी काही दान मागितले आणि कर्णाने ते दिले नाही, असे होता कामा नये, हेच त्याचे जीवनसूत्र होते.

कर्ण सदैव असा वागत गेला. आकाशाहून विशाल असलेले अंत:करण, सागराहून खोल असे सौंदर्य, हिमालयाहून अढळ अशी मित्रप्रीती - किती किती गुणांचा त्याच्या ठिकाणी संगम झाला होता! खराखुरा पुरुषोत्तम होता तो! पण त्याच्या वाट्याला कसले जिणे आले? व्यथित, लांच्छित, अपमानित, पराभूत! कुंतीपासून कृष्णापर्यंत सर्वांना त्याचे जन्मरहस्य ठाऊक होते. पण ते त्यांनी त्याला केव्हा सांगितले? आयुष्याच्या शेवटच्या घटकेला! कुंतीचे हृदय आईचे होते. पण तिथेसुद्धा पोटच्या गोळ्याच्या प्रीतीपेक्षा अपकीर्तीची भीतीच बलवत्तर ठरली. चुका केल्या इतरांनी आणि त्यांची कटू फळे चाखावी लागली कर्णाला!

असे का व्हावे? रोमेलप्रमाणे कर्ण हासुद्धा असत्पक्षाचा पुरस्कर्ता होता, म्हणून त्याच्या वाट्याला हे दु:ख आले, असे अनेक मंडळी म्हणतील. सत् आणि असत् यांच्या मर्यादा नक्की ठरविणे मोठे कठीण आहे. तथापि, या मंडळींचे मत मान्य केले, तरी तेवढ्याने काही हा प्रश्न सुटत नाही. असत्पक्षाच्या कैवाराचा आरोप ज्याच्यावर क्षणभरसुद्धा करता येणार नाही, त्या लिंकनचे आयुष्य दु:खपूर्ण का व्हावे? वृक्ष उभा असेपर्यंत त्याची उंची नीट कळत नाही, तो भूमीवर पडल्यानंतरच ती लक्षात येते, असे लिंकनविषयी कुणीसे म्हटले आहे. किती सत्य आहे ते! या फाटक्या अंगाच्या मुलाने अतिशय प्रतिकूल परिस्थितीत विद्या संपादन केली. बिचाऱ्याची वकिली चालेल की नाही, याची त्याच्या साऱ्या मित्रांना शंका होती. पण तो अमेरिकेचा अध्यक्ष झाला. एखाद्या राष्ट्राच्या अध्यक्षपदाचा त्याच्याइतका

सदुपयोग दुसऱ्या कुणी क्वचितच केला असेल. त्याने गुलामगिरीविरुद्ध युद्ध आरंभले. अनंत संकटांना तोंड देऊन ते युद्ध यशस्वी केले. समता हे काही केवळ संतांचे आणि कवींचे स्वप्न नाही, हे या राजकारणी पुरुषाने सिद्ध केले.

अशा या सात्विक महापुरुषाच्या आयुष्याच्या ताटात दैवाने काय काय वाढले? नाटकगृहात एका माथेफिरूने झाडलेल्या बंदुकीच्या गोळीने लिंकनचा अंत झाला, याबद्दल मी देवाला आणि दैवाला दोष देत नाही. नृपनीती ही वारांगना आहे आणि वारांगनेच्या मंदिरात साधूसुद्धा सुरक्षित नसतो, हा अनादिकालापासून जगाचा अनुभव आहे. लिंकनबद्दल मला अतिशय दु:ख होते, ते बायकोने केलेल्या त्याच्या छळाच्या गोष्टीबद्दल! तिने काडीइतकीही पर्वा करू नये, लहानसहान कारणासाठी कॉफीने भरलेला पेला त्याच्या तोंडावर फेकावा, याचे कारण काय? या सर्व गोष्टी खोट्या ठराव्यात, अशी माझी फार फार इच्छा आहे.

सतत तेवीस वर्षे कपाळाला आठी न घालता आणि तोंडातून कडू शब्द न काढता लिंकनने या बायकोबरोबर संसार केला, म्हणून डेल कार्नेजीने 'Lincoln the Unknown' या पुस्तकात त्याची स्तुती केली आहे. देहान्ताची शिक्षा हसतमुखाने स्वीकारणाऱ्या देशभक्ताचे आपण कौतुक करतो ना? त्यातलाच हा प्रकार आहे. पण लिंकनच्या ऐवजी डेल कार्नेजी किंवा मी असतो, तर आम्ही आपल्या सहधर्मचारिणीची संभावना कशी केली असती? तिने तोंडावर कॉफीचा पेला फेकताच,

'प्रियतमे, तू पेला फेकणार, हे मला ठाऊक असतं तर मी तोंड उघडून तयार राहिलो असतो. मग ही कॉफी अशी फुकट गेली नसती!' असे म्हणून आम्ही तिची क्षमा मागितली असती काय?

लिंकन शांतिब्रह्म होता, हे उघड आहे. त्याबद्दल त्याला हवे तेवढे धन्यवाद द्या. पण अशा सत्पुरुषाला आयुष्यातली सोबतीण म्हणून कजाग बायको बहाल करण्यात ब्रह्मदेवाने काय साधले? रोमेल जर्मनीत जन्माला न येता दुसऱ्या एखाद्या देशात निर्माण झाला असता तर? लेनिन किंवा सुभाषबाबू यांचा सहकारी म्हणून काम करायची संधी त्याला दैवाने का दिली नाही? ती त्याला मिळाली असती तर?

तुकारामाच्या बायकोची व्यवहाराची वृत्ती केवळ वेडेपणाची होती, असे मी म्हणू शकत नाही. पण तिच्यासारख्या बाईला घाटावरले नारळ कोकणात नेऊन विकणाऱ्या नवऱ्यापेक्षा कोकणातले मीठ घाटावर आणून विकणारा पती मिळाला असता, तर ती दोघेही सुखी झाली नसती का? मीराबाईला मेवाडची राणी करण्यापेक्षा तुकोबासारख्या संताची सहचारिणी करण्याची कल्पना ब्रह्मदेवाला का सुचू नये?

काही केल्या हा प्रश्न मला सुटत नाही. लहानपणी हॅम्लेटच्या बाबतीत त्याच

प्रश्नाने मला बेचैन केले होते. त्यानंतर इतके पावसाळे गेले, ज्याला जीवन म्हणतात, त्या आंबट-गोड पेयाचे असंख्य घुटके मी घेतले, खूप खूप पुस्तके वाचली, पुष्कळ व्याख्याने दिली आणि ऐकली. पण हे कोडे अजून उलगडत नाही. मानवी जीवनाची कोणत्या ना कोणत्या रीतीने शोकांतिका व्हावी, असाच नियतीचा संकेत आहे काय? मॅक्बेथच्या राक्षसी महत्त्वाकांक्षेला उत्तेजन देणारी बायकोच त्याला का मिळावी? त्याची पत्नी सात्विक वृत्तीची असती, तर त्याच्या हातून कदाचित डंकनचा खून झाला नसता, हे उघड आहे. पण या जगात दुर्जनाला लगाम घालू शकणारा सज्जन सहसा त्याच्याजवळ असत नाही, हेच शेक्सपिअरला सुचवायचे असावे. स्वभावात साम्य असलेल्या तरुण स्त्री-पुरुषांना दैव बहुधा एकत्र येऊ देत नाही. म्हणूनच घरोघर नवरा-बायकोच्या कुरबुरी सतत सुरू असतात. जगरहाटीचा फारसा अनुभव नसलेला कण्वासारखा तपस्वीसुद्धा 'समानयंस्तुल्यगुणं वधूवरं चिरस्य वाच्यं न गत: प्रजापति:' असे उद्‌गार काढतो, याचे कारण नियतीचा करनकरीचा वसा हेच असले पाहिजे. वरिष्ठांना त्यांचे दोष रोखठोकपणाने सुनावणारी रामशास्त्र्यांसारखी माणसे जगात प्रत्येक पिढीला जन्माला येत असतील. पण बहुधा त्यांची जागा चुकते. ॲटम बॉंब तयार करण्याचे काम गांधींच्याकडे आले असते, तर त्याच्या पोटी जन्माला आलेले हायड्रोजन बॉंबसारखे राक्षस त्यांनी निर्माण होऊ दिले नसते. पण असे होत नाही. कुठेच, केव्हाच होत नाही. संसारात, समाजात, व्यक्तीच्या आयुष्यात, राष्ट्रांच्या जीवनात कुठेच हा मेळ बसत नाही. जिथे जो हवा, तो असत नाही. शेक्सपिअरने जगाला रंगभूमीची उपमा दिली आहे. पण रंगभूमीवर सारी महत्त्वाची पात्रे केव्हा ना केव्हा तरी समोरासमोर येऊन उभी राहतात. जीवनात मात्र तसे क्वचितच घडते.

म्हणूनच मला हल्ली वाटते, जग ही भली मोठी जत्रा आहे, हेच खरे! या जत्रेत खिसेकापूपासून गळेकापूपर्यंत सर्व प्रकारची माणसे दाटीवाटीने भरलेली असतात. नवस करणाऱ्या आईपासून भुरळ घालणाऱ्या मुरळीपर्यंत सर्व प्रकारच्या स्त्रिया इथे वावरत असतात. दुसऱ्याला आपला धक्का लागू नये, म्हणून अंग चोरून चालणारा मनुष्य जसा या गर्दीत आहे, तसा इतरांना धक्के देऊन पुढे जाण्यात आनंद आणि अभिमान बाळगणारा मनुष्यही आहे. कालपुरुष या सर्वांचा क्षणाक्षणाला काला करीत असतो. रोमेलला विष पिऊन प्राण द्यावा लागतो, तो या काल्यामुळे!

महात्मता ही या अफाट जत्रेत वाट चुकलेली एक आंधळी पोर आहे. जगन्मातेचे बोट धरून ती जत्रेला आलेली असते. पण गर्दीच्या रेटारेटीत ती आपल्या आईपासून दूर ढकलली जाते. ती चुकते, रडते, ओरडते. मोठमोठ्याने हाका मारीत धावत सुटते. तिची आई तिला पुन्हा भेटते, असा योग एखादे वेळीच

येतो. बहुधा ती दुर्दैवी आंधळी पोर आक्रोश करीत इकडेतिकडे भटकत राहते...
अगदी घसा कोरडा होईपर्यंत! तो आक्रोशच काळजाच्या जखमेची खपली काढणाऱ्या
शूर रोमेलच्या शब्दात भरून राहिला आहे...

'बेटा, आपल्या माणसांच्या हातून येणाऱ्या मृत्यूपुढं मान वाकविणं मोठं
कठीण आहे...'

१९५४
∎

खर्र.... र्र... र्र... असा कर्कश आवाज करीत एक मोटार जवळच थांबली. माझ्या अंगावर शहारे उभे राहिले. एका पट्टीच्या ज्योतिर्मार्तंडांनी 'तुम्हाला अपघाताने मृत्यू येणार आहे' असे वीस वर्षांपूर्वी छातीवर हात ठेवून मला सांगितले होते. ते भविष्य हॅम्लेटच्या बापाच्या भुताप्रमाणे दत्त म्हणून पुढे उभे राहिले. मुंबईसारख्या शहरातला प्रत्येक क्षण म्हणजे जीवन आणि मृत्यू यांच्यामधल्या तारेवरला नाच आहे आणि पळापळाला काळसर्पिणीप्रमाणे फूत्कारत जाणाऱ्या मोटारींचे चित्रविचित्र कर्णकटू स्वर हे त्या नृत्याचे पार्श्वसंगीत आहे. अशी एक अंधूक कल्पनाही माझ्या मनाच्या कुठल्या तरी कोपऱ्याला त्याच क्षणी चाटून गेली.

दार खाडकन उघडल्यासारखा आवाज झाला. लगेच माझ्या खांद्यावर कुणाचा तरी हात पडला. हा मूर्तिमंत काळपुरुष तर नसेल ना, अशी शंका माझ्या मनात आली. कुणी सांगावे? स्वर्गातसुद्धा आता साऱ्या अद्ययावत सुधारणा झाल्या असतील. सत्यवानाचे प्राण हरण करण्याकरिता रेड्यावर बसून जाणे ठीक होते, पण तो काळ आता उरला नाही, हे यमराजालाही कळू लागले असावे. त्याने आपला रेडा विकून नवी करकरीत मोटार विकत घेतली असेल. त्या मोटारीतूनच तो माझा माग काढीत...

मी मागे वळून पाहिले. माझा जीव भांड्यात पडला. अजून तरी इहलोकातच होतो मी! माझ्या खांद्यावर पडलेला हात काळपुरुषाचा नव्हता. तो एका बड्या कारखानदाराचा होता. दोन-तीन वर्षांपूर्वी आगगाडीत कुणीतरी या गृहस्थांची आणि माझी ओळख करून दिली होती. तेव्हापासून पुढे केव्हाही गाठ पडली, की त्यांनी मला अगत्याने चहाला बोलवावे आणि मीही 'या खेपेला अगदी आठवणीने येतो हं!' असे त्यांना आश्वासन द्यावे... द्यावे म्हणण्यापेक्षा देण्याचे नाटक करावे... असे आतापर्यंत चालले होते. या नाटकाचे दहा-वीस प्रयोग झाले होते. पण मी काही अजून त्यांच्या बंगल्याचे तोंड पाहिले नव्हते.

पार्श्वसंगीत

/ ६ /

खरे सांगायचे तर मी चहाचा भोक्ता आहे. हे आपले थोडे संस्कृत झाले. मातृभाषेत बोलायचे म्हणजे चहाचे मला व्यसन आहे. असे असून त्यांच्या या आग्रहाच्या निमंत्रणाला मी या क्षणापर्यंत वाटाण्याच्या अक्षता देत गेलो होतो. माझ्या या असहकारितेला तशीच कारणे होती. हे सद्गृहस्थ लेखक म्हणून आपल्याला चहाला बोलावीत आहेत, पण त्यांनी आपल्या वाङ्मयाचे एक अक्षरसुद्धा वाचले नसावे. 'दोन ध्रुव' हे खांडेकरांचे भूगोलावरचे लोकप्रिय पुस्तक असून, 'हिरवा चाफा' हा वनस्पतिशास्त्रावरला त्यांचा ग्रंथ आहे, अशी काहीतरी या लक्षाधीशाची समजूत असावी, असे त्यांच्याशी संभाषण करताना मला नेहमी वाटे. प्रत्येक वेळी लेखक म्हणून ते माझ्याविषयी गौरवाचे उद्‌गार काढीत. पण त्याचबरोबर माझ्या कुठल्याही लिखाणाचा केव्हाही उल्लेख न करण्याची दक्षता ते घेत. त्यामुळे केवळ एक शिष्टाचार म्हणून ते आपल्याला चहाला बोलावीत आहेत, असा त्यांच्या निमंत्रणाविषयी माझा ग्रह होऊन बसला. प्रीती व शिष्टाचार यांचे कोश अगदी भिन्न आहेत. त्या दोन कोशांतल्या शब्दांचे अर्थ परस्परविरुद्ध असतात, हे काही मला कुणी सांगायला नको होते. प्रेमात नकार म्हणजे जसा होकार, तसा शिष्टाचारात 'होय' चा अर्थ 'नाही'. व्यवहारकोशातला होयचा अर्थ लक्षात आणूनच मी आतापर्यंत अनेकदा त्यांना 'या खेपेला नक्की येतो हं!' असे सांगत आलो होतो. हे आश्वासन देताना मी खोटे बोलत होतो, असे मुळीच नाही. मी फक्त राजकारणी पुरुषांचे अनुकरण करीत होतो.

पण आजचा प्रसंग काही न्यारा होता. मी त्यांना माझी निरनिराळी खरी-खोटी कामे सांगितली. जगात अस्तित्वात नसलेली धाकटी बहीण घटकाभरात मला बिऱ्हाडी भेटायला येणार आहे म्हणून थाप मारली. उद्या नक्की येतो, असा पुनःपुन्हा वायदा केला... पण ते कुठलीही सबब ऐकून घ्यायला तयार होईनात. त्यांनी मला जवळजवळ ओढीतच मोटारीकडे नेले आणि आपल्या शेजारी बसविले.

त्यांच्या बंगल्यावर जाताच हा सुभद्राहरणाचा म्हणा अथवा सीताहरणाचा म्हणा, प्रयोग त्यांनी माझ्यावर का केला, हे माझ्या लक्षात आले. त्यांच्या थोरल्या मुलीचे लग्न झाले होते आज! ताशावाजंत्री थाटाने नव्हे, नोंदणी पद्धतीने! नोंदणी करणारे अधिकारी घटकाभरात त्या कामाकरिता घरी येणार होते. लग्नाचे कागदपत्र झाल्याबरोबर निवडक मंडळींना मेजवानी होती. त्या मेजवानीला माझ्यासारखे सावज त्यांना रस्त्यात आयते मिळाले होते. मग ते त्याला सुखासुखी कसे सोडून जातील?

त्यांची उपवर मुलगी, भावी जामात, नोंदणी-समारंभाकरिता नटूनथटून आलेली दहा-बारा बडी मंडळी, इत्यादिकांशी हस्तिदंती करीत आणि 'अय्या, ती तुमची परवाची गोष्ट चांगली होती हं! पण तिचा शेवट मला नाही आवडला, बाई! त्या

दोघांचं लग्न का लावलं नाही तुम्ही?' इत्यादी टीका ऐकत मी मधला अर्धा तास घालविला. तो मला युगासारखा वाटला, हे काही निराळे सांगायला नको. पण त्यामुळे माझा एक फायदाही झाला. नोंदणी करणारे अधिकारी आले, तेव्हा नवयुग सुरू झाल्यासारखे मला वाटले.

नोंदणी लग्न म्हणजे विमानाचा प्रवास! त्याला लागून लागून किती वेळ लागणार? हा झटपटविधी जर माझ्या आजीने किंवा पणजीने पाहिला असता, तर ती खास मूर्च्छितच पडली असती. तिच्या काळी बोवाळशिवाय लग्न होणेच शक्य नव्हते. तेव्हा मुहूर्ताच्या आधी महिनामहिनाभर घरात लग्नघाई सुरू होई. आप्तेष्टांचे डेरेदांडे पडत. सोनाराचा ठकठक आवाज रात्रंदिवस ऐकू येई. म्हाताऱ्या माणसांच्या अंगात बारा हत्तींचे बळ संचारू लागे. शेजारच्या रमाबाई-ठमाबाई लोकल गाड्यांप्रमाणे पाच-पाच मिनिटांनी लगबगीने येत आणि जात. पापड-सांडगे-कुरड्या आणि मंडळींची पेढी हा हा म्हणता भरभराटीला येई. स्वयंपाकघरातून येणारा खमंग वास शाळेत गेल्यावर सुद्धा बाळगोपाळांच्या नाकातून काही केल्या उतरत नाहीसा होत नसे. त्यामुळे त्यांचे लक्ष अभ्यासावरून उडून जाई. अशा किती गोष्टी सांगाव्यात? त्या कडेकोट पूर्वतयारीवरून लग्न म्हणजे मोठे युद्ध आहे, हे माणसाला अगदी जाता-जातासुद्धा पटत नसे.

आता तो साराच जमाना बदलला. डोळ्याचे पाते लवते न लवते तोच माझ्यासमोर बसलेली ती कुमारिका सौभाग्यवती झाली. गोड आणि गंभीर वैदिक मंत्रांची जागा दोन सह्यांनी घेतली. लाजाहोमाच्या धुराऐवजी चहाची वाफ दिसू लागली.

अधिकारी चहा पिऊन निघून गेले. सारी मंडळी जेवायला बसली. मेजवानीचा बेत मोठा फक्कड होता. जेवता-जेवता कुणीतरी घास द्यायची गोष्ट काढली. वधूने नाक मुरडले. वराने कपाळाला आठ्या घातल्या. तो बिचारा सूचक मात्र सनातनी ठरला. त्याला अनुमोदकच मिळेना. जेवण झाल्यावर यजमानांनी मला मोटारीतून बिऱ्हाडी पोहोचविण्याची व्यवस्था केली. 'आजपर्यंतचा सारा शिल्लक राहिलेला चहा वसूल झाला हं!' असे म्हणत मी त्यांचा निरोप घेतला.

बिऱ्हाडी येताच मी आडवा झालो. पण काही केल्या झोप येईना. कुठेतरी काहीतरी चुकल्यासारखे वाटू लागले. जेवणाच्या वेळी पायजम्याच्या खिशात घातलेले पाकीट चुकून तिथेच राहून मोटारीत पडलेबिडले तर नाही ना, अशी शंका एकदम आली. मी धडपडत उठलो आणि कोटाचा खिसा चाचपून पाहिला. आत पाकीट सुरक्षित होते. क्षणभर बरे वाटले. पण पुन्हा मनाची रुखरुख सुरू झाली. त्या अस्वस्थतेचे कारण मी बारकाईने शोधू लागलो... आणि ते सापडले तेव्हा माझे मलाच हसू आले.

मी एका बड्या मनुष्याच्या घरी शुभमंगल साजरे करून आलो, हे अजून काही केल्या माझ्या अंतर्मनाला खरे वाटत नव्हते. पोट राहून-राहून म्हणत होते, 'होय, तू लग्नालाच गेला होतास.' त्याचे समाधान झाले होते. पण मन असंतुष्ट होते. एखाद्या सर्कशीच्या जाहिराती वाटल्या जात आहेत, असा भास निर्माण करणारा ताशा, हा संसाराचा आरंभ नसून शेवट आहे हे असे वाटायला लावणारी भटजींच्या भसाड्या गळ्यातून निघालेली भयंकर मंगलाष्टके, गुळाच्या ढेपीवर घोंगावणाऱ्या माश्यांप्रमाणे बोहल्याभोवती गर्दी करणारी बायका-पोरे, इत्यादी गोष्टींविषयी मलाही उबग वाटतो. त्या या लग्नात नव्हत्या, याचा मलाही मनापासून आनंद झाला. पण तो आनंद दुय्यम दर्जाचा होता. मला जे चुकल्या-चुकल्यासारखे वाटत होते, त्याचे कारण कुठल्याही लग्नविधीत अवश्य असलेली एक गोष्ट या नोंदणीविवाहात मुळीच नव्हती. सुंदर बंगल्यातल्या त्या भव्य दिवाणखाण्यात दोन मनांच्या मिळणीचे, दोन जिवांच्या संगमाचे, दोन आत्म्यांच्या एकरूपतेचे वातावरणच नव्हते. एका भल्यामोठ्या घड्याळातले काटे बाराकडे झुकले आहेत, बाहेर ऊन रणरणत आहे, संतापी माणसाप्रमाणे ते सर्वांना भाजून काढीत आहे, रस्त्यावरून ट्रामगाड्यांचा खणखणाट तुरुंगातल्या बेड्यांच्या खळखळाटाप्रमाणे एकसारखा ऐकू येत आहे, प्राप्तीवरल्या कराची नोटीस घेताना आंबट चेहऱ्याने सही करावी, त्याप्रमाणे वधू-वर व साक्षीदार एका दस्तऐवजावर सह्या करीत आहेत. हे काय लग्न झाले?

छे! खुशाल नोंदणी पद्धतीने लग्ने करा. पण ती अशी रूक्ष रीतीने करू नका. लग्ने सीतारामाच्या किंवा राधाकृष्णाच्या देवळात अथवा रमणीय उद्यानात साजरी झाली पाहिजेत. ते शक्य नसले तर नदीच्या घाटावर, एखाद्या जलाशयाच्या काठी किंवा समुद्राच्या तीरावर मुद्दाम या मंगलकार्यासाठी छोटी मंदिरे गावोगाव उभारायला हवीत. हल्लीची गल्लीबोळांतली मंगल कार्यालये त्या दृष्टीने निरुपयोगी आहेत. ती गुळाच्या किंवा तंबाखूच्या वखारीसारखी वाटतात. नाटकगृहाच्या अभावी आपली नाट्यकला दिवसेंदिवस निस्तेज होत चालली आहे ना? आपण कुठेही, केव्हाही लग्ने उरकून टाकू लागलो, तर जीवनातल्या या अत्यंत मंगल आणि हृदयंगम प्रसंगातला सारा गोडवा पुढे असाच नाहीसा होईल. ती आपत्ती ओढवू नये म्हणून सुरम्य स्थळी, सृष्टीच्या संजीवक सहवासात, पंचमहाभूतांपैकी निदान एखाद-दुसरे तरी आशीर्वाद देण्याकरिता हसतमुखाने जिथे उभे आहे अशा जागीच विवाहसमारंभ साजरे झाले पाहिजेत. त्याकरिता सरकारने हवे तर लग्ननोंदणी करणाऱ्या अधिकाऱ्यांच्या कचेऱ्या निसर्गसुंदर स्थळी स्थापन कराव्यात आणि कुणीही कितीही श्रीमंत असला, तरी त्याच्या घरी विवाहाधिकारी येणार नाही, अशी सध्याच्या कायद्यात दुरुस्ती करावी. या सुधारणेमुळे नोंदणी अधिकाऱ्याची मिळकत थोडी कमी होईल, हे मला

मान्य आहे. पण आपल्या या त्यागामुळे सामाजिक सुखाच्या अभिवृद्धीला हातभार लागत आहे, हे लक्षात घेऊन तो मंगलमूर्ती मुळीच तक्रार करणार नाही, अशी माझी खात्री आहे.

विवाह जुळविताना आपण जसे चांगले स्थळ शोधतो, त्याप्रमाणे प्रत्यक्ष विवाहाकरिता आपण सुंदर स्थळाचा आश्रय केला पाहिजे, ही माझी विचारसरणी अनेकांना वेडेपणाची वाटेल. पण मला वाटते, या वेडात नुसती एक प्रकारची शिस्त नाही. त्यात मानसशास्त्राला मान्य होईल, असा शहाणपणाही आहे. आयुष्यातल्या उत्कट अनुभूतींच्या स्मृती मनुष्याच्या अंतर्मनात नेहमीच जागृत असतात. कपड्यांच्या कपाटात केवड्याचे कणीस ठेवले म्हणजे रोजच्या कपड्यांबरोबर जसा त्याचा सौम्य सुवास आपल्याला आनंद देत राहतो, तशाच जीवनातल्या जुन्या गोड आठवणी पुढल्या सर्व आयुष्यात माणसाला साथ देतात. त्या त्याच्या जिवाभावाच्या मैत्रिणी होतात. विविध सुखस्मृती ही जीवनातली अत्यंत मधुर गीते होत. ती स्वतःशीच गुणगुणताना माणसाच्या अंतर्मनाला अनिर्वचनीय आनंद होत असतो. म्हणूनच असल्या गीतांना जितके अधिक अनुरूप पार्श्वसंगीत लाभते, तितकी ती अधिक अविस्मरणीय ठरतात. माणसाच्या आनंदभांडारात ती चिरंतन भर घालतात.

निदान मी तरी अगदी लहानपणापासून हा अनुभव घेत आलो आहे. बाळपणी मी फार हूड होतो. तथापि माझ्या वडिलांची माझ्यावर मोठी माया असे. त्यांनी माझे चित्रविचित्र हट्ट पुरविल्याच्या अनेक गोड आठवणी माझ्या स्मृतिमंजूषेत मी जपून ठेवल्या आहेत. एकदा घरी आईशी भांडून मी अगदी उपाशी - तोंडात पाण्याचा थेंबही न घालता - शाळेला गेलो. त्यांना ते कुठून तरी कळले. मधल्या सुटीत त्यांनी मला आपल्या कचेरीत बोलावून घेतले आणि... आणि काय? माझ्या निर्जळ उपासाचे फळ श्रीखंड-पुरीच्या रूपाने त्या दिवशी माझ्या पदरात पडले. त्यावेळी गांधीवाद हा शब्द कुणाला ठाऊक नव्हता. ही माझ्या दृष्टीने फार वाईट गोष्ट झाली. आत्मचरित्रात 'बालसत्याग्रही' हे प्रकरण लिहिण्याची सोन्यासारखी संधी त्यामुळे मला गमवावी लागली. पण आता वडिलांची मूर्ती डोळ्यांपुढे उभी राहिली, की त्या श्रीखंडपुरीची, त्यांनी दाखविलेल्या अनेक सुंदर सुंदर नाटकांची अथवा पुरविलेल्या लहान-मोठ्या लाडांची आठवण मला होत नाही. दुसरेच एक दृश्य माझ्या डोळ्यांसमोर उभे राहते... मी तापाने फणफणत आहे. जे खाऊ नये ते खाण्याचा, अपथ्य करण्याचा अट्टहास करीत आहे. इतर माणसे माझी खूप समजूत घालण्याचा प्रयत्न करतात. पण मी कुणालाच दाद देत नाही. अगदी माझ्या आवडत्या धोंडू मोलकरणीलासुद्धा! रात्री दहा वाजता दादा माझ्याजवळ येतात. मला पांघरुणात गुंडाळून घेऊन ते बाहेरच्या गच्चीत जातात. ते माझ्याकडे समजावणीच्या दृष्टीने

पाहतात. मला थोपटतात, कुरवाळतात; मात्र एक शब्दसुद्धा बोलत नाहीत. मी हळूच मान वर करून पाहतो. एखाद्या देवाच्या पालखीवर चवऱ्या वाराव्यात, त्याप्रमाणे आमच्या घराला सतत अनेक हातांनी वारा घालणारा कडुलिंबाचा भव्य वृक्ष अगदी स्तब्ध उभा आहे. त्याच्या त्या जाळीदार पानातून चार-दोन चांदण्या लुकलुकत आहेत. माझ्या वडिलांच्या डोळ्यांच्या कोपऱ्यात तशीच आसवे उभी राहिली असावीत, असे मला वाटू लागते. भोवताली पसरलेला मूक-उदास काळोख, दिवसाचे सारे दु:ख मुकाट्याने गिळून शांतपणे चिंतन करीत बसलेला समोरचा रस्ता, काळोखात केवळ माझ्या कल्पनेलाच दिसणारा गणपतीच्या देवळाचा कळस, या सर्वांचा माझ्या मनावर एकदम विलक्षण परिणाम होतो. मी हुंदका देत उद्‌गारतो,

'नाही दादा, मी पुन्हा असा हट्ट करणार नाही.'

केशवसुतांच्या कवितेच्या बाबतीतही माझा अनुभव असाच आहे. गेली बत्तीस वर्षे ही कविता मी वाचीत, वाचून दाखवीत, शिकवीत, गुणगुणत आलो आहे. हे पुस्तक माझ्या संग्रही नसले, की मी बेचैन होऊन जातो. चार-पाच परोपकारी माणसांनी मला या व्यसनापासून - पुस्तकावरली प्रीती ही दारू किंवा अफू यांच्यासारखीच एक भयंकर गोष्ट आहे, अशी त्या सज्जनांची समजूत असावी - परावृत्त करण्याचा प्रयत्न केला. पण माझ्या संग्रहातले हे पुस्तक जितके वेळा निरनिराळ्या मार्गांनी नाहीसे झाले, तितके वेळा मी ते विकत घेतले. अजूनही या थोर कवीच्या अनेक कविता मला धीर देतात, माझ्या मनाची उदासीनता नाहीशी करतात. भोवताली काळोख दाटला असला तरी मधेच प्रकाशाचा झोत टाकून एक अज्ञात वनदेवता मला वाट दाखवीत आहे, असा उल्हासदायक भास त्या गुणगुणताना मला होतो. 'फुलपाखरूमरण पाहिले आहे का कोणी?' या करुण, पण रम्य चरणापासून 'संप्रति दानव फार माजती देवांच्या मदतीस चला तर' या आवेशपूर्ण व उत्साहदायक ओळीपर्यंत त्यांच्या अनेक पंक्ती मी आजारात, प्रवासात, लांब लांब फिरायला गेल्यावर किंवा मध्यरात्री अचानक जाग आल्यावर मनात घोळवीत राहतो. लहान मुले लेमनच्या गोळ्या चोखीत बसतात ना, अगदी तेवढ्याच आनंदाने!

असे असूनही केशवसुतांच्या कवितेच्या सौंदर्याची आणि सामर्थ्याची माझ्या मनावर कोरलेली अत्यंत सुखद स्मृती मात्र निराळ्याच वेळची आहे. ती सावंतवाडीजवळच्या एका लहानशा उंचवट्यावरच्या ऐसपैस काळ्याभोर खडकावरली आहे. मी, माझे मित्र मेघश्याम शिरोडकर आणि अशीच दुसरी तीन-चार मंडळी तिसऱ्या प्रहरी त्या खडकावर बसलो आहोत. माझ्या हातात केशवसुतांच्या कवितेचे पुस्तक आहे. इतर अंगांप्रमाणे गाण्याचेही अंग नसल्यामुळे मी त्या कविता

जवळजवळ वाचून दाखवीत आहे. पण मी वाचनात रंगून गेलो आहे. मधूनमधून माझी मल्लिनाथी सुरू आहे. श्रोते मंडळी त्या प्रवचनात तल्लीन झाली आहेत. इतक्यात आभाळात काळ्याकुट्ट ढगांचे संचलन सुरू होते. अगदी लष्करी सैनिकांप्रमाणे! त्यांच्या कवायतीकडे दुर्लक्ष करून आम्ही काव्यगंगेत डुंबत राहतो. पण आम्ही त्या मेघसेनेकडे दुर्लक्ष केले असले, तरी तिचे आमच्याकडे लक्ष असतेच! लवकरच पावसाचे टपोरे थेंब टपटप पडू लागतात. पुस्तक भिजू नये म्हणून मी ते धोतराच्या सोग्यात गुंडाळून घेतो. मात्र मला पाठ येत असलेल्या कविता मी तोंडाने म्हणत राहतो. श्रोते त्या शांत चित्ताने ऐकत बसतात. बैठक खलास करण्याची भाषा कुणीच काढीत नाही. जणू काही तो काळा, विशाल, वेडावाकडा खडक आभाळात तरंगणारा एक मोठा ढगच आहे! त्या ढगावर आरूढ होऊन आम्ही सर्व अंतराळात तरंगत आहोत, पावसाशी खेळत आहोत, विजेबरोबर नाचत आहोत, एकाच वेळी अप्सरांचे गायन आणि ब्रह्मदेवाचे वेदपठण ऐकत आहोत.

त्या दिवशी मी घरी परत आलो, तो अगदी ओलाचिंब होऊन! माझा तो अवतार पाहून काकी म्हणाली,

"अरे, वाटेत कुणाच्या तरी घरी थांबायचं की नाही? असा भिजत का आलास? चल काढ ते कपडे, नाहीतर थंडीनं आजारी पडशील."

कॉलेजात असताना 'मृच्छकटिका'तला बालगंधर्वांचा गाजलेला पावसाचा प्रवेश पाहून मला जो आनंद झाला होता, तो त्या काव्यात्मक हर्षापुढे क:पदार्थ आहे, असे मला क्षणोक्षणी वाटत होते. पण ते काकीला समजावून कसे सांगावे, हे काही केल्या मला कळेना. मृच्छकटिक तिने उभ्या जन्मात पाहिले नव्हते आणि केशवसुत नावाचा कुणी कवी या जगात होऊन गेला आहे, याचीही तिला कल्पना नव्हती.

अशा आठवणींचा आनंद अवीट वाटण्याचे कारण माझ्या मते एकच आहे. निसर्ग आणि मनुष्य यांच्यामध्ये जे एक गूढ, पण गाढ सूक्ष्म; परंतु अमर आकर्षण आहे, त्यानेच या विशिष्ट स्मृतीमध्ये अपूर्ण माधुरी निर्माण केली असावी. कितीही नवनवे शास्त्रीय शोध लागले, आज आपल्या स्वप्नात नसलेल्या सुधारणा उद्या जगात घडून आल्या, मनुष्याच्या मनात क्रांती व्हावी, म्हणून बुद्धापासून गांधींपर्यंतचे महात्मे आणि वाल्मीकीपासून टॉलस्टॉयपर्यंतचे महाकवी जी धडपड करीत आले आहेत, ती कधी काळी सफळ झाली, तरीसुद्धा हे आकर्षण रतिमात्र कमी होणार नाही. निसर्ग आणि माणूस ही जुळी भावंडे आहेत. यांत्रिक प्रगतीच्या मोहाने आणि नवनव्या शारीरिक सुखांच्या नादाने मनुष्य निसर्गापासून कितीही दूर गेला, तरी या जुळ्या भावंडांमधले रक्ताचे लागेबांधे कधीही तुटणार नाहीत. मनुष्य हृदयातल्या काव्यावर जगतो. बुद्धीला

समाधान देणाऱ्या तत्त्वज्ञानाच्या आधाराने तो आपले जीवन सुसह्य करून घेतो. पण त्याच्या या साऱ्या काव्याचा आणि तत्त्वज्ञानाचा उगम निसर्गाशी असलेल्या त्याच्या जिव्हाळ्याच्या मैत्रीत आहे. सृष्टीचा सहवास, तिची सहानुभूती, तिची सहसंवेदना हा माणसाचा सहावा प्राण आहे.

निसर्गाच्या या महत्त्वाच्या श्रेष्ठ कवींना सदैव स्पष्ट कल्पना असते. म्हणूनच पोटच्या गोळ्यांच्या कृतघ्नपणाने चिडून गेलेला लिअर, प्रलयकालाची आठवण करून देणाऱ्या वादळात उघड्याबोडक्या माळरानावर भटकत असल्याचे शेक्सपिअरने दाखविले आहे. हा दुर्दैवी पिता खवळलेल्या पंचमहाभूतांना उद्देशून म्हणतो,

'मी तुमच्यावर निर्दयपणाचा आरोप करीत नाही. मी काही तुम्हाला राज्य दिलं नव्हतं. मी ते दिलं होतं माझ्या दोन मुलींना! तुमच्याकडून दयेची अपेक्षा करण्याचा मला काय अधिकार आहे?'

लिअरचे हे उद्गार वाचताना त्याच्या मनातले वादळ आणि बाहेरचे वादळ यांच्यातल्या सुसंवादाने होणारा आनंद कोण वर्णन करू शकेल?

असाच, पण अगदी निराळ्या रसाचा आविष्कार करणारा प्रसंग 'मृच्छकटिका'त आहे. वसंतसेना अभिसारिका बनून एका पावसाळ्यातल्या सायंकाळी चारुदत्ताकडे जायला निघते. शूद्रकाच्या जागी दुसरा एखादा सामान्य कवी असता, तर त्याने चांदण्या रात्री वसंतसेनेला आपल्या प्रियकराकडे पाठविले असते. तो आजकालच्या चित्रपटाचा दिग्दर्शक असता, तर त्याने एक भलामोठा खोटा वाटोळा चंद्र आभाळात टांगून ठेवला असता. पौर्णिमेशिवाय प्रेमाची पूर्णता सिद्ध होत नाही, असा आमच्या चित्रपटसृष्टीचा अलिखित नियमच आहे; पण शूद्रकाने पावसाळ्याच्या आरंभीच्या पहिल्या मुसळधार झडीत, मृगाच्या वेगाने मोठमोठ्या पर्जन्यधारा स्वर्गातून पृथ्वीवर चौखूर उधळत येत असताना, आपली नायिका प्रेमपथावरले पहिले पाऊल टाकते, असे दर्शविले. माजलेल्या रानडुकराप्रमाणे आकाशात थैमान घालणारे अक्राळविक्राळ काळेकुट्ट ढग पाहून वसंतसेनेचे मन कंपित होते, पण ढगांच्या दरडावण्याला आणि विजेच्या कडकडण्याला भीक न घालता ती चारुदत्ताच्या घरी जाते. प्रीती ही जगाची मूर्धाभिषिक्त देवता आहे, ती भीतीपेक्षा श्रेष्ठ आहे, असेच जणू काही ती आपल्या वर्तनाने सूचित करते.

निसर्ग आणि मनुष्य यांचे निकटचे नाते मोठमोठ्या कवींनी सिद्ध केले असूनही, आपल्याला या यंत्रयुगात त्याचा विसर पडत चालला आहे. माझ्या त्या श्रीमंत कारखानदार मित्रांनी भर दुपारी गोंगाटाने भरलेल्या रस्त्यावर आपल्या मुलीचे लग्न उरकून घेतले, याचे कारण हेच आहे. त्यांच्या जागी मी असतो, तर विवाहाच्या स्थळाप्रमाणे त्याची वेळही मी बदलली असती. ते समुद्रकाठी गोरज मुहूर्तावर झाले पाहिजे, असा हट्ट मी धरला असता.

गोरज मुहूर्तात मोठे रम्य काव्य आहे, हृदयाच्या गूढ मूक तारांतून सुरेल स्वर काढण्याचे सामर्थ्य आहे. बालकवीने - मराठी काव्यवाटिकेतल्या त्या कोकिळाने- दिवस आणि यामिनी यांच्या मधुर संगमाचे किती सुंदर चित्र रेखाटले आहे. 'क्लोरोफॉर्मच्या गुंगीत टेबलावर पडलेल्या निश्चेष्ट माणसाप्रमाणे आकाशातली संध्याकाळ दिसत आहे.' 'The evening is spread out against the sky, like a patient etherised upon a table.' हे इलियटचे वर्णन वाचूनही बालकवींच्या ओळीच मला अधिक खऱ्या वाटतात. इलियटने एका विशिष्ट विषण्ण मनोवृत्तीत त्या ओळी लिहिल्या आहेत. वार्धक्याने जर्जर झाल्यावर तांब्यांनी नाही का 'संध्याछाया भिवविती हृदया' असे उद्गार काढले? अगदी तशा! पण तांब्यांची सारी कविता वाचून पाहा. तिच्यात भीतिदायक संध्याछाया तुम्हाला कुठेच आढळणार नाहीत. संध्याकाळ हा अत्यंत रम्य काळ आहे, या त्यांच्या श्रद्धेचे प्रतिबिंबच तुम्हाला पानापानावर दिसेल. 'तिनीसांजा सखे मिळाल्या'सारख्या ओळी घ्या अथवा 'घट भरे प्रवाही बुडबुडुनी'मधल्या प्रणयमुग्ध तरुणीचे चित्रण वाचा, सायंकाळाने त्यांच्या काव्यसौंदर्यात भर घातली आहे, असेच दिसून येईल.

म्हणूनच गोरज मुहूर्त प्रथम शोधून काढणारा मनुष्य ज्योतिषी नसून महाकवी असला पाहिजे, असे माझे मत झाले आहे. रानावनांतून घराकडे परतणाऱ्या, वासरांच्या ओढीने लगबग धावणाऱ्या आणि दुधाने भरलेले आचळ त्यांच्या तोंडात देण्यासाठी उत्कंठित झालेल्या गाई, त्यांच्या खुरांनी चौफेर उडविलेल्या धुळीने पुनीत केलेली सुवर्णरंजित सायंकाळ... कमळे पेंगुळली आहेत, आपल्या बिळांतून हळूच बाहेर डोकावून पाहणाऱ्या भित्र्या सशांप्रमाणे चांदण्या आकाशात डोळे मिचकावून पाहत आहेत, दीपज्योती डोळे मिचकावून त्यांना बाहेर येण्याविषयी खुणावीत आहेत, पोटापाण्याच्या मागे लागून शिणलेला आणि संतप्त झालेला दिवस रजनीच्या पहिल्या ओझरत्या स्पर्शाने शांत होत आहे... दोन जिवांना एकजीव व्हायला, प्रीती आणि वात्सल्य हे ज्याचे आधारस्तंभ आहेत, अशा संसारमंदिराची कोनशिला बसवायला अधिक सुंदर आणि पवित्र असा दुसरा कुठला क्षण जगात मिळणार आहे?

तरुणांनी खुशाल प्रेमविवाह करावा. हवे तर, प्रीती जातपात जाणत नाही, हे सुभाषित ध्येयवाक्य म्हणून आपल्या डोळ्यांपुढे ठेवावे. अशा प्रकारच्या गोष्टींबद्दल मी मुळीसुद्धा तक्रार करणार नाही. त्यांनी लग्न नोंदविले, किंबहुना उद्या ते टेलिफोनने अथवा टेलिव्हिजनने साजरे केले, म्हणूनही माझी काही हरकत नाही. फक्त एका गोष्टीकडे त्यांनी जरा अधिक लक्ष द्यावे, असे मला मनःपूर्वक वाटते. आपल्या असल्या विवाहसमारंभाचा फोन त्यांनी भुलेश्वरापेक्षा महालक्ष्मीवरून अगर मलबार हिलवरून करावा... आणि तोसुद्धा गोरज मुहूर्तावर! पुढे येऊ घातलेल्या यांत्रिक

आयुष्यक्रमात मानवी जीवनातले संगीत लुप्त होऊन जाणार की काय, ही आशंका मोठमोठ्या विचारवंतांना आज भेडसावून टाकीत आहे. ते संगीत जिवंत राखणे हे आपल्यासारख्या सामान्य माणसांच्या शक्तीबाहेरचे काम आहे, पण त्याचे पार्श्वसंगीत तरी कायम राहील, एवढी दक्षता आपण घेऊ या. अगदी साध्या नि:शब्द प्रसंगातसुद्धा पार्श्वसंगीताने रस निर्माण होतो, हा अनुभव आपण चित्रपटात नित्य घेत आहोत. तोच कदाचित यापुढे आपल्या जीवनालाही मार्गदर्शक होईल.

१९४९

■

बालपण फार रम्य असते, असे मोठमोठे कवी म्हणतात. भवभूती, देवल, कोल्हटकर यांची बाळपणाचे मोठेपण वर्णन करणारी काव्ये हरघडी आपल्या जिभेवर नाचत असतात. 'ते हि नो दिवसा गता:', 'बाळपणीचा काळ सुखाचा आठवतो घडिघडी', 'रम्य ते बाळपण देइ देवा फिरुनि' इत्यादी चरणांत अवीट गोडी आहे, यात शंका नाही. पण ती माधुरी काव्याची आहे, सत्याची नाही. माझ्या मते, काव्य म्हणजे अर्धसत्याला दिलेला सौंदर्याचा मुलामा!

महाकवी भवभूतीचा धीरोदात्त नायक राम बाळपणाचे स्मरण होताच हुरहुरतो. पण ते का, हे कुणी नीट पाहिले आहे का? तो म्हणतो,

'जेव्हा दशरथबाबा जिवंत होते, तिघी माता आम्हा मुलांच्या सर्व सुखसोयी पाहत होत्या आणि आमची लग्नं नुकतीच झाली होती, तेव्हाचे ते दिवस आता पुन्हा कधी येणार नाहीत.'

याचा अर्थ, राम हा आईबापांच्या जिवावर कॉलेजात मजा मारणाऱ्या आणि सुखस्वप्नांत दंग होणाऱ्या विद्यार्थ्यांसारखा एक अल्लड तरुण होता, असा होतो... नाही का?

बाळपणात आईबाप मुलांना कसे वाटतात, याचे वर्णन करताना देवलांच्या शारदेने तर भवभूतीच्या रामावर कडी केली आहे. ती म्हणते,

'जे ब्रह्म काय, ते मायबाप ही जोडी.'

या ओळींत काहीतरी मोठी गफलत झाली आहे, अशी शंका लहानपणापासून मला सतावीत राहिली आहे. तिला तसेच जबरदस्त कारण आहे. आमचे दादा मोठे संतापी होते. ते रागावले, म्हणजे दुर्वास किंवा जमदग्नी या ऋषींच्या कथा खऱ्या वाटू लागत. एकदा त्यांनी घरातल्या साऱ्या कपबशा पाच मिनिटांत फोडून टाकल्याचे मला अद्याप आठवते. स्वदेशी चळवळीत चहावर बहिष्कार घालण्याकरिता हा रुद्रावतार त्यांनी धारण केला होता, असे मात्र कुणी समजू नये. कशाने तरी

दहा अंक

/७/

त्यांना राग आला आणि तो त्यांनी कपबशांवर काढला. माझी आई या एका बाबतीत तरी त्यांना अगदी अनुरूप अशी होती. त्यामुळे 'जे ब्रह्म काय, ते मायबाप ही जोडी' ही ओळ बाळपणी गुणगुणताना 'ब्रह्म'- पुढचा 'राक्षस' हा शब्द चालीत बसत नाही, म्हणून देवलांनी तो गाळून टाकला असावा, असा तर्क मी करू लागलो. इंग्रजी शाळेत मी काव्यप्रांतावर पहिली स्वारी केली, तेव्हा आपला तर्क बरोबर आहे, अशी माझी खात्री झाली. कापाकापी केल्याशिवाय कितीतरी शब्द त्या पहिल्यावहिल्या कवितेत मला बसविताच येईनात. कवीचे काम थोडेफार शिंप्यासारखे आहे, हे सत्य तेव्हा मला कळले. फरक एवढाच, की शिंप्याची कापाकापी गिऱ्हाइकाच्या, तर कवीची स्वतःच्याच अंगावर बेतते. माझी ती पहिली कविता आज अस्तित्वात असती, तर काव्यसंग्रह काढणाऱ्यांनी जयराम कृष्ण उपाध्ये यांच्या चहाटळपणाऐवजी तिचीच निवड केली असती, याबद्दल मी निःशंक आहे.

कवींनी वर्णन केलेली लहानपणाची असली अतिरंजित वर्णने मला मान्य नसली, तरी बाळपण रम्य असते, हे मीसुद्धा आनंदाने कबूल करतो. माझ्या दृष्टीने या रम्यतेचा उगम श्रद्धेत आहे. त्या श्रद्धेमुळे बालकाला आपल्या भोवतालचे जग अद्भुतरम्य वाटत असते. या श्रद्धाशील वृत्तीमुळे जसा त्याला दगडात देव दिसतो, तशी दगडातली फुलेही त्याला दिसतात. शिवलीलामृतातला बालगोपाळ कुणाच्या परिचयाचा नाही? या श्रद्धेमुळेच प्रौढ माणसांची नीतिपर प्रवचने आणि वर्तमानपत्रात छापून आलेल्या जाहिराती त्याला अक्षरशः खऱ्या वाटतात. राम वनात गेल्यानंतर भरत नंदिग्रामात त्याच्या पादुकांचे चौदा वर्षे अष्टौप्रहर पूजन करीत राहिला, ही गोष्ट लहानपणी मला अक्षरशः खरी वाटे. माझ्या मनश्चक्षूंना कफनी घातलेला भरत सतत दिसे. त्याच्या त्या भक्तीचे मला मोठे कौतुक वाटे. आपणही असेच व्हावे, अशी इच्छा मनात प्रबळ होई. पण मी मोठा झालो मात्र, भरताविषयी माझ्या मनात नाना प्रकारचे विकल्प येऊ लागले आणि पुढे फ्रॉइड वाचल्यावर तर त्याचा कळसच झाला. नंदिग्राम अयोध्येपासून काही फार लांब नव्हते. अशा स्थितीत चौदा वर्षे भरताच्या स्वप्नातसुद्धा त्याची पत्नी मांडवी आली नसेल, हे कसे शक्य आहे?

जगात पावलोपावली दिसणारे स्त्री-पुरुषांचे आकर्षण नुसते विविध नाही; त्यात विचित्रता आहे, विकृती आहे. भरताने तर विवाहसुखाचा अनुभव घेतला होता. त्याचे लग्न होऊन दहा-वीस वर्षे झाली होती, असेही नाही. त्याचे प्रेम दुसऱ्या कुणा स्त्रीवर असते, तर गोष्ट निराळी होती; पण रामायणात तसा मुळीच उल्लेख नाही. असे असून थोरल्या भावाच्या पादुकांच्या पूजनात चौदा वर्षे तो शरीराच्या सर्व भुका विसरून गेला असेल, हे- याच्यावर बाळपणी माझा पूर्ण विश्वास होता - आता मात्र मला अपवादात्मक वाटते. बाल्य हे स्वभावतःच मूर्तिपूजक आहे. प्रौढपण मात्र फक्त मूर्तिभंजन करते. पूजेकरिता नव्या मूर्ती घडविणे त्याला सहसा

साधत नाही, हेच खरे!

या लहानपणाची आणि त्यावेळच्या श्रद्धाशील मनाची काल मला तीव्रतेने आठवण झाली. मी बायकोवर, मुलांवर, घरादारावर, किंबहुना जगावर रागावलो होतो. तोंडाला येईल ते बडबडत सुटलो होतो, असे म्हणणेसुद्धा चुकीचे होईल. शब्दांवर आणि जिभेवर माझा ताबाच उरला नव्हता. माझ्या वाङ्मयातली सुभाषिते टिपून ठेवणाऱ्या एखाद्या विद्यार्थ्याने माझा तो वाग्विलास ऐकला असता, तर खांडेकर एक नसून दोन आहेत, अशी त्याची खात्री झाली असती. इतके संतापायला तसेच काही बलवत्तर कारण झाले होते असेही नाही. लहानशा गोष्टींतून मोठी युद्धे उद्भवतात ना, तसेच रागाचे आहे. गवताची गंजी पेटवायला काही वाजतगाजत मशाली आणाव्या लागत नाहीत. निष्काळजीपणाने विडी फुंकणारा मूर्ख मनुष्य एका ठिणगीने ते काम करू शकतो.

त्या रागाचा भर ओसरल्यावर मी ओशाळलो. मला वाटले, आपण उगीच सर्वांना इतके ताडताड टाकून बोललो. राग आल्याबरोबर आपण लहानपणी जसे दहा अंक मोजीत होतो, तसे मोजले असते तर...

नऊ-दहा वर्षांचा, दहा अंक मोजणारा भाऊ माझ्या डोळ्यांपुढे उभा राहिला. त्याचा स्वभाव मूळचाच संतापी! कदाचित तो आईबापांचा वारसाही असेल. भाऊ इंग्रजी दुसरीत गेला, तेव्हा रॉयल रीडर नावाची इंग्लिश वाचनमाला सुरू होती. तिच्या दुसऱ्या पुस्तकात 'दहा अंक मोजा' हा धडा त्याला भेटला. 'राग येईल, तेव्हा दहा अंक मोजा, म्हणजे तुम्ही शांत व्हाल. मग तुमच्या तोंडून भलतेसलते शब्द बाहेर पडणार नाहीत.' असा साळसूद उपदेश त्या धड्यात होता. तो वाचून आपल्या आक्रस्ताळ्या स्वभावावर अगदी रामबाण औषध सापडले, असे लहानग्या भाऊला वाटले. राग आला, की तो माळ हातात घेऊन जप करणाऱ्या आजीबाईप्रमाणे दहा अंक मोजू लागला. ते अंक मोजून झाले, तरी त्याचा राग कमी होत नसे. मग त्याला वाटे, एखाद्या औषधाचा 'अ'ला त्वरित गुण आला, म्हणून 'ब' तसाच बरा होईल, असे थोडेच आहे. अंकगणितात 'अ' आणि 'ब' यांच्या स्वभावधर्मांत फरक असतो ना? तसेच आहे हे! 'ब'ने ते औषध पुष्कळ दिवस घेतले पाहिजे. त्याला इलाज नाही. भाऊ पुढे पुष्कळ दिवस - अगदी कॉलेजात जाईपर्यंत - हा दहा अंकांचा उपदेश प्रामाणिकपणाने अमलात आणीत होता, पण त्याचा उपयोग... त्याचा उपयोग झाला असता, तर प्रौढपणी तो आपल्या बायकापोरांवर इतका संतापला असता कसा?

असले उपदेश लहान मुलांच्या पुस्तकातच शोभून दिसतात, असे आता मला वाटते. ज्यांच्या गोष्टीतली कोल्हीकुत्री मोठमोठ्या तात्त्विक गप्पा मारीत असतात, ज्यांच्या सृष्टीत एक दिवा घासल्याबरोबर राजवाडा निर्माण होऊ शकतो, त्यांना दहा

अंक मोजल्याने माणसाचा राग मावळतो, हे खरे वाटले तर त्यात नवल कसले? पण मनुष्य जसजसा मोठा होऊ लागतो तसतसा या उपदेशाचा पोकळपणा त्याला कळू लागतो. दहा अंक मोजण्याऐवजी डोक्यावर बर्फ ठेवले तर मनुष्याचा राग कमी होण्याचा फार संभव आहे, असे कुणी म्हटले तर मी ते आज मान्य करीन. नवरा जेवणापूर्वी सकाळीच रागावला असला तर बायकोने त्याला चमचमीत कांदेपोहे आणि फक्कडसा चहा द्यावा, बायको दिवाळीपूर्वी क्रुद्ध झाली असल्यास नवऱ्याने अचानक एखादे सुंदर पातळ बाजारातून आणून तिला बहाल करावे, असे कुणी सांगितले तर या उपदेशात अर्थ आहे, हे मी कबूल करीन. पण दहा अंक मोजण्याचा तो बालिश उपाय... छे! अगदी हास्यास्पद वाटतो तो मला आता!

कामक्रोधादी मनोविकार जिंकायचे मार्ग इतके सुलभ असतात, असे सांगणारे लोक खरोखरच भोळे असले पाहिजेत. कृत्रिम संततिनियमनाला विरोध करताना गांधीजी म्हणत होते, 'प्रत्येकाने एक-दोन मुलं झाल्यावर ब्रह्मचर्य पाळलं, म्हणजे संततिनियमन आपोआपच होईल.' गांधीजींचे मोठेपण मला मान्य आहे, पण मनुष्य ही कसली वल्ली आहे, हे त्यांना पूर्णपणे कधीच कळले नाही. ते मानवजातीतल्या सर्व सद्‌गुणांचा लघुत्तम काढून, प्रयत्न केल्यास तो प्रत्येक मनुष्यामध्ये प्रगट होईल, असे सांगत. पण व्यवहारात आपल्याला अनुभव येतो, तो नेमका उलटा! मानवतेतल्या सर्व सद्‌गुणांच्या लघुत्तमाऐवजी दृढभाजकच सामान्य मनुष्यात सर्रास आढळतो. तसे नसते तर गांधीजींचा वरील उपदेश भाविकपणाने ऐकणाऱ्या या विशाल देशाची लोकसंख्या इतक्या झपाट्याने कशी वाढत राहिली असती? गांधीजींच्या त्या शिकवणुकीचे आणखी एका दृष्टीने मला हसू येते. लग्न करून ब्रह्मचर्य पाळण्याची ताकद ज्या मनुष्यात आहे, तो बिचारा लग्नाच्या भानगडीत कशाला पडेल? तो हवे तेवढे नवेनवे मित्र जोडीत जाईल. प्रसंगी एव्हरेस्ट शिखरावर चढण्याचा तो प्रयत्न करील, पण एखाद्या तरुणीला घेऊन बोहल्यावर चढण्याच्या भानगडीत प्राण गेला तरी पडणार नाही.

'दहा अंक मोजा' या बालबोध मार्गदर्शनापासून गांधीजींच्या राष्ट्रीय शिकवणुकीपर्यंतचे सर्व प्रकारचे उपदेश पालथ्या घड्यावरल्या पाण्यासारखे होतात. याचे कारण एकच आहे. असले उपदेशक मनुष्यस्वभाव मुळीच लक्षात घेत नाहीत. अपवाद हा नियम मानून, ते आपले सिद्धांत बांधतात. भौतिक बाबतीत मनुष्याने निसर्गावर मोठमोठे विजय मिळविले, तरी स्वत:च्या मनावर विजय मिळविणे त्याला अत्यंत कठीण आहे, हे कटू सत्य ही बडी मंडळी नेमकी विसरतात. पातेल्यात तोंड घातले नाहीस, तर मरणोत्तर तुला स्वर्गप्राप्ती होईल, असे सांगून का कुठले मांजर दूध प्यायचे सोडून देणार आहे? 'पराविया नारी माउलीसमान' हा तुकारामाचा अभंग कुणा मराठी मनुष्याला माहीत नाही? आणि तुकारामाविषयी

ज्याला आदरयुक्त अभिमान वाटत नाही, असा मराठी भाषा बोलणारा एकतरी मनुष्य सापडेल का? पण रस्त्याने एखादा टांगा जायला लागू दे, त्यात हिरवा, नाही तर गुलाबी रंग फडफडू दे, लगेच जाणारे-येणारे तरुण... तरुणच काय? पुष्कळदा वृद्धसुद्धा... पुन:पुन्हा माना मागे वळवून त्या टांग्याकडे पाहू लागतात. त्यावेळी त्यांना तुकोबा किंवा विठोबा आठवत नाही. फक्त टांग्यात बसलेल्या स्त्रीचा चेहरा तेवढा दिसतो. तसे पाहिले तर अंगावरून जाणाऱ्या टांग्यात कोण बसले आहे, हे पाहण्याची माणसाला काय जरूर आहे? टांग्यातून जाणारे सारेच लोक काही आपल्याकडे आलेले पाहुणे नसतात किंवा सरकारने गुप्त पोलीस म्हणून काही आपली नेमणूक केलेली नसते, पण...

हा 'पण'च फार बिकट आहे. सभागृहात, आगगाड्यात, चित्रपटगृहात कुठेही पाहावे, बायकांकडे टक लावून पाहणारा पुरुष दुर्मीळ आहे, असे व्हायचे नाही. सभ्य असतात ते चोरून पाहतात. गावंढळ असतात ते आपल्या असभ्यपणाचे प्रदर्शन करतात. स्वत:च्या बायकोकडे इतरांनी असे पाहणे या रसिक प्रेक्षकांपैकी कितीजणांना आवडेल, हा प्रश्नच आहे. असे असूनही इतरांच्या बायकांकडे मात्र ते न चुकता टक लावून पाहत राहतात.

हे टांगा प्रकरण वाचून पुष्कळ पुरुषांना माझा राग येईल. त्याच्या समाधानाकरिता एवढेच सांगतो, की याबाबतीत बायका पुरुषांच्या मागे आहेत, अशी जी लौकिक समजूत आहे, ती गोड असली तरी भ्रामक आहे. समतेचे तत्त्वज्ञान हेच खरे तत्त्वज्ञान हे बायकांना मान्य आहे. लज्जा हा स्त्रीस्वभावाचा एक भाग असल्यामुळे जाणाऱ्या-येणाऱ्या पुरुषाकडे त्या निर्लज्जपणाने टक लावून पाहत नाहीत एवढेच! पण त्यांचेही पुरुषवर्गाकडे लक्ष असतेच. त्यात कोण सुंदर आहे, हे त्यांनाही कळते. आपापसात त्या असल्या गोष्टींची चर्चासुद्धा करतात. फक्त असल्या गोष्टींचा त्या पुरुषांना कधी पत्ता लागू देत नाहीत. त्यांचा हा मुत्सद्दीपणा पाहिला, म्हणजे मला क्षणभर वाटते, राष्ट्रांची प्रधानमंडळे जर केवळ स्त्रियांची केली, तर जागतिक शांततेचा प्रश्न चुटकीसरशी सुटणार नाही काय? पण दुसऱ्याच क्षणी मनात येते, बायकांचा भांडखोर स्वभाव जगप्रसिद्ध आहे. पुरुषांची प्रधानमंडळे आहेत, तोपर्यंत राष्ट्राराष्ट्रांत युद्धे होत राहतील. मी सुचविलेली सुधारणा जर सर्व राष्ट्रांनी अमलात आणली, तर प्रत्येक देशात यादवी युद्ध सुरू होईल.

याचा अर्थ सध्या स्त्री-पुरुष ज्या तऱ्हेने वागतात ती मला पूर्णपणे पसंत आहे, असा मात्र नाही. सामाजिक सुखाच्या दृष्टीने कामक्रोधांचे नियमन मलाही आवश्यक वाटते. पण तसा लोकांना उपदेश करण्यापूर्वी कामक्रोध हे माणसाचे शत्रू नसून मित्र आहेत, ही गोष्ट आमच्या संतांनी, तत्त्वज्ञांनी, पुढाऱ्यांनी आणि साहित्यिकांनी लक्षात घ्यायला हवी. कामाने विश्वामित्राची तपश्चर्या धुळीला मिळविली असेल, पण

त्यानेच सामान्य मनुष्याच्या काट्याकुट्यांनी भरलेल्या आयुष्यात मोहक फुले फुलविली आहेत. त्याच्या साहाय्यानेच मानव प्रीतिभावनेचा उदात्त विकास अनुभवू शकतो. क्रोधाची गोष्ट तशीच आहे. पतिपत्नीच्या प्रेमाची गोडी कलहाने कशी वाढते, हे जर मी सविस्तर सांगू लागलो तर अगदी अडाणी जोडपेसुद्धा हसून म्हणेल, 'हा बाबा काय नवं सांगतोय? हे सारं आम्हाला ठाऊकच आहे.' रागाच्या झटक्यानंतर मनुष्य स्वत:कडे दुसऱ्याच्या दृष्टीने पाहू लागतो, प्रसंगी पश्चात्ताप पावतो. मुळीच राग न येण्यापेक्षा हा अनुभव अधिक बोधप्रद असतो. मनुष्याच्या वैगुण्याची आणि सामर्थ्याची तो आपल्याला जाणीव करून देतो, हे मी गेली चार तपे अनुभवत आलो आहे.

म्हणून मला वाटते, कामक्रोधाचे जीवनातले मानाचे स्थान आपण प्रथम मान्य केले पाहिजे. उठल्यासुटल्या त्यांची निंदा करणे, हे स्वप्नाळूपणाचे अथवा संन्यस्त वृत्तीचे लक्षण होईल. प्रत्येक मनोविकार हा निसर्गाचा स्वाभाविक आविष्कार असतो. निसर्ग केवळ आपला आंधळा शत्रू नाही. तो आपला सहृदय मित्रही आहे. सत्यसृष्टीत कधीही न उतरणाऱ्या मोठमोठ्या आदर्शांच्या मागे लागून त्याला आपला गुलाम करू पाहणारे लोक कितीही मोठे असले, तरी त्यांचे पाय पृथ्वीवर नसतात, हे आपण सामान्य माणसांनी सदैव लक्षात ठेवणे बरे!

राग आल्याबरोबर दहा अंक मोजावे, असे आता मला कुणी शहाणा सांगू लागला तर मी त्याला म्हणेन,

'बाबा रे, तुझं तत्त्व बरोबर आहे; पण त्याच्या तपशिलात थोडा फरक करायला हवा. दहाच्याऐवजी खर्व-निखर्व-शंकू यापैकी एखादा आकडा तू घालशील तर जरा बरं होईल.'

१९५०

■

त्या पत्राचे उत्तर लिहायला मी बसलो तेव्हा माझी गाडी मधेच कुठे अडेल, असे मला मुळीच वाटले नाही. मला आलेले पत्र होते एका मुलीचे! केवळ स्त्री-दाक्षिण्य म्हणून तिला उत्तर पाठवायचे असते, तर दोन ओळींत मी ते काम भागविले असते, पण ती होती माझ्या वाङ्मयावर प्रेम करणारी एक कॉलेजकन्यका! तिने काही शंका विचारल्या होत्या मला, तिचे शक्य तितके समाधान करणे आवश्यक होते. त्या शंकांशिवाय तिने काही व्यक्तिविषयक प्रश्नही विचारले होते. त्यांची उत्तरे पटापट लिहिण्यात मला आनंद होणार होता. कोर्टात आरोपीच्या किंवा साक्षीदाराच्या पिंजऱ्यात उभे राहायचा प्रसंग अद्यापि माझ्यावर आलेला नाही. त्यामुळे आपल्याला नाना प्रकारचे प्रश्न कुणीतरी विचारावेत आणि तापलेल्या तव्यावर लाह्या फुटाव्यात, तशी आपण ताडताड त्यांची उत्तरे द्यावीत, असे मला मनातून नेहमीच वाटते. अशी उत्तरे देताना माणसाच्या अहंकाराचे समाधान होते की काय देव जाणे!

त्या मुलीच्या अनेक वैयक्तिक प्रश्नांची वासलात मी लेखणीच्या फटकाऱ्यासरशी लावली. 'तुमचा आवडता खेळ कोणता?' असे तिने मला विचारले होते. 'क्रिकेट' असे डोळे मिटून मी उत्तर लिहिले, कारण उघड होते. लहानपणी विटीदांडू, आट्यापाट्या, हुतुतू वगैरे खेळ मी खेळलो असलो, तरी त्यात माझे मन कधीच फारसे रमले नाही. पुढे प्रौढ वयात टेनिस, हॉकी वगैरे अनेक खेळांशी माझा प्रेक्षक या नात्याने ओझरता परिचय झाला, पण ते माझे जानी दोस्त कधीच झाले नाहीत. परवाच्या ऑलिंपिक सामन्यात भारताने हॉकीत अजिंक्यपद मिळविल्याचा अभिमान मला वाटतो, पण त्या चमूचा हॉकीचा सामना पाहायला घरून उठून मुद्दाम मी जाईन की नाही, याची शंकाच आहे. टेनिसने व्यायाम चांगला होतो, असे आपले तत्त्वज्ञ कादंबरीकार वामनराव जोशी म्हणत असत, तेव्हा ते खरे असलेच पाहिजे. तो खेळ खेळण्यात कौशल्य आहे, पण का कुणास ठाऊक, त्या खेळात एक

आवडते फूल

/८/

प्रकारचा नाजूक बायकीपणा आहे, अशी माझी फार दिवसांपासून समजूत- म्हणजे गैरसमजूत - होऊन बसली आहे. लहानपणी क्रिकेटचा चेंडू नाकावर बसून दोन तास बेशुद्ध पडल्यामुळे त्याच्या पौरुषपूर्ण पराक्रमाची मला खात्री पटली आहे. त्या वीरपुरुषाशी तुलना करता टेनिसचा चेंडू साधा, मऊमऊ, गुळमुळीत सभ्य गृहस्थ वाटतो मला! भेंड्याच्या भाजीशी त्याचे काहीतरी नाते असावे, अशी शंकासुद्धा एखाद्या वेळी माझ्या मनाला चाटून जाते.

'तुमचे आवडते ग्रंथकार कोणते?' या त्या मुलीच्या प्रश्नाचे उत्तरही सोपे होते. कालिदास, भवभूती, तुकाराम, आगरकर, हरिभाऊ, झ्वाइग, इब्सेन, शेक्सपिअर... एखाद्या पूजेचा मंत्र म्हटल्याप्रमाणे मी ही नावे लिहिली.

'तुमचा आवडता छंद कोणता?' हा तिचा प्रश्न पुष्कळांना अवघड वाटेल, कारण कित्येकांना अगणित छंद असतात आणि त्यातला कुठला आपला विशेष लाडका आहे, हे त्यांचे त्यांनासुद्धा समजत नाही. सुदैवाने माझी स्थिती तशी नाही. कोणत्याही अर्थाने मी छंदीफंदी नाही. माझ्या संग्रही पोस्टाची तिकिटे तुम्हाला मिळतील, ती फक्त आपल्या देशातील... सध्या चालू असलेली... कार्डपाकिटांना लावण्याकरिता परवा दिवशी पोस्टातून आणून ठेवलेली! नाण्यांच्या बाबतीतही माझी तीच स्थिती आहे. तागडीचा पैसा किंवा बुचड्याचा रुपया असली जुनी मंडळी मोड देण्याच्या निमित्ताने दुकानदारांनी माझ्या घरात कधीच घुसविली नव्हती, असे मी कोणत्या तोंडाने म्हणू? पण पाहुणे म्हणून या बड्या मंडळींची बडदास्त राखण्याचे काम माझ्या हातून योग्य रीतीने झाले नसावे. त्यामुळे ही नाणी माझ्यावर रागावून घरातून केव्हा व कुठे निघून गेली, ते माझे मलाच कळले नाही. दानधर्माकरिता मी त्यांचा उपयोग केला नाही, हे मी अगदी ईश्वरसाक्ष सांगतो. जिथे औरंगजेबाच्या सक्त कैदेची पर्वा न करता मिठायांच्या पेटाऱ्यातून शिवाजी महाराज पसार होतात आणि डोळ्यात तेल घालून बसलेल्या इंग्रजांच्या डोळ्यात धूळ टाकून सुभाषबाबू परदेशी जातात, तिथे तागडीचा पैसा किंवा बुचड्याचा रुपया यांनी माझ्यासारख्या गबाळग्रंथी माणसाच्या घरातून पोबारा करावा, यात नवल कसले?...

मी सहसा सुपारी खात नाही. त्यामुळे सुपारी कातरण्याकरिता म्हणून का होईना, अडकित्त्याला आमच्या घरात कधीच प्रवेश मिळाला नाही. मग मला अडकित्त्याचा छंद कसा लागणार? मात्र ज्यांना तो आहे, त्यांच्याविषयी मला फार आदर वाटतो. निरनिराळ्या काळांतल्या, विविध आकारांच्या आणि विशिष्ट कलाकुसरीच्या शे-दीडशे अडकित्त्यांचे सैन्य सभोवताली खडे उभे करून, जर एखाद्या अडकित्ता-छांदिष्टाने आपला फोटो काढून घेतला, तर पंचतुंडनररुंडमालधर शंकरासारखे त्याचे स्वरूपही मोठे प्रेक्षणीय होईल, यात शंका नाही. अडकित्त्यांप्रमाणे वाघाची कातडी, सांबराची शिंगे, मोराची पिसे, जुनी हत्यारे, रंगीबेरंगी पाखरे, तऱ्हेतऱ्हेचे

साप... या किंवा असल्या कुठल्याच भानगडीत मी कधी पडलो नसल्यामुळे या छंदप्रकरणाचा निकाल मी तडकाफडकी एका ओळीत लावून टाकला. आवडता छंद...

'अगदी एकट्याने गावाबाहेर शक्य तितके दूर भटकत जाणे.'

इथपर्यंत प्रश्नपत्रिका ठीक होती, पण पुढचा प्रश्न पाहताच मी गोंधळलो. 'तुमचे आवडते फूल कोणते?' हा तो प्रश्न होता. लहानपणी आपल्याला मनकवडेपणाची खात्री पटविण्याकरिता माझ्या एका दोस्ताने 'तू मनात एक फूल धर नि मग त्याचे नाव मी बरोबर सांगतो की नाही ते पाहा.' असे मला आव्हान दिले होते आणि मी ते स्वीकारल्याबरोबर 'गुलाब' अशी अक्षरे उच्चारून त्याने माझ्यावर मात केली होती. त्यावेळी त्याच्या त्या दिव्य ज्ञानाने मी चकित झालो होतो, पण हाच प्रयोग त्याने अनेकांवर केला, तेव्हा त्याच्या या ज्ञानाचा उगम आमच्या अज्ञानात आहे, असे मला आढळून आले. सामान्यत: मुलांनी जी फुले पाहिलेली असतात, त्यात गुलाबासारखे आकाराने डौलदार आणि रंगाने आकर्षक असे दुसरे फूलच नसते. साहजिकच कुणी फुलाचे नाव मनात धरायला सांगितले की, गुलाब त्याच्या डोळ्यांपुढे उभा राहतो.

त्या मुलांनाच काही हसायला नको. एवढ्या प्रौढ वयात आपले आवडते फूल कोणते, याचा विचार मी करू लागलो तेव्हासुद्धा माझ्या डोळ्यांपुढे जे पुष्पांचे सैन्य उभे राहिले, त्याच्या अग्रभागी ही फुलांची राणीच होती; पण आता राणीचे आकर्षण मला लहानपणाइतके राहिलेले नाही. त्यावेळीसुद्धा मी गुलाबाच्या सौंदर्यावर लुब्ध होतो की, त्याच्यापासून गुलकंद करतात, या माहितीवर फिदा होतो हे सांगणे कठीण आहे. मात्र गुलाबाचे फूल अद्यापिही एखादे वेळी मला विलक्षण मोहक वाटते. आपल्या विपुल केशसंभाराची एकच वेणी गुंफून ती पाठीवर सोडणारी तरुणी जेव्हा एखादी अर्धोन्मीलित गुलाबकळी त्या वेणीच्या अग्रभागी खोचते, तेव्हा मला ते दृश्य सुंदर वाटते. क्षणभर मनात येते, साऱ्या संस्कृत सुभाषितकारांना मोठमोठ्याने हाका मारून म्हणावे, 'तुम्ही सारे चूक होता. नागाच्या मस्तकावर मणी असतो, असे तुम्ही सदैव सांगत सुटलात; पण इथे या आणि प्रत्यक्ष पाहा. मणी असतो नागिणीच्या मस्तकावर!'

पण अशा एखाद्या क्षणी विलोभणीय वाटणाऱ्या गुलाबाचे काही माझे आवडते फूल म्हणून मी आज मत देऊ शकत नाही. बकुळीची फुले आणि पारिजातकाची फुले गुलाबापेक्षा मला अधिक आवडतात. या दोन फुलांचे मानवी जीवनाशी काहीतरी निकटचे नाते आहे, असे मला नेहमीच वाटत आले आहे. ते नाते शोधून काढण्याचा प्रयत्न मी पुष्कळदा करतो, पण अजून माझे पूर्ण समाधान झालेले नाही. पारिजातकाची फुले पाहिली, की अबोलपणाने उत्कट प्रेम करणाऱ्या हळुवार

मनाच्या माणसाची मला आठवण होते. बकुळीची फुले बघितली की कितीही काळ लोटला तरी कृतज्ञता व्यक्त करणारी बाह्यत: सावळी, पण अंतरंगात सुगंधी असलेली माणसे माझ्या डोळ्यांपुढे उभी राहतात. मी कोकणात शिरोड्यास होतो, तेव्हा पहाटे समुद्रावर फिरायला जात असे. घरातून मी मोठ्या लगबगीने बाहेर पडायचो, पण वेतोबाच्या देवळाच्या पुढे जी चढण आहे, तिथला पारिजातक जवळ येऊ लागला की, माझी पावले मंदावत. त्या प्राजक्ताखाली पडलेल्या फुलांच्या सड्याकडे पाहत मी कितीतरी वेळ उभा राही. ती फुले वेचण्याचा धीर मला होत नसे. वाटे, शूद्रकाच्या चारुदत्ताला पुढे कुठला जन्म द्यावा, या काळजीत पडून मग परमेश्वराने पारिजातक निर्माण केला नसेल ना? अखंड स्मित करीत मुक्तहस्ताने आपले वैभव उधळणारा तो वृक्ष पाहिला, की मनातल्या मनात मला शरमल्यासारखे होई. स्वतःच्या स्वार्थी, संकुचित वृत्तीची लाज वाटे. कितीदा तरी त्यातले एकही फूल न उचलता धरणीवर पडलेल्या त्या पवित्र पुष्पराशीला वंदन करून मी पुढे गेलो आहे.

बकुळीच्या फुलांनीही मला असेच अनेकदा अंतर्मुख केले आहे. टेकडीवर झाडाखाली वेचावयाला जावे, तेव्हा ही फुले किती पिटुकली, किती मलिन दिसायची. पण मलिन आवरणातून ती बाहेर पडली, की त्यांच्या नाजूक सुगंधावरून जग ओवाळून टाकावेसे वाटे. बकुळ फुलांच्या सुगंधाची बरोबरी जगातली एकच गोष्ट करू शकते, असा माझा अनुभव आहे... गोड, निर्व्याज बालकाचा पापा! तोही आपण घेतलेला नव्हे, त्याने दिलेला!

या दोन फुलांवर माझे इतके प्रेम असूनही त्या मुलीच्या प्रश्नापुढे त्यांच्यापैकी एकाचे नाव लिहून मोकळे व्हावे, असे मला वाटेना. सावंतवाडीच्या आमच्या घराच्या अंगणातला नागचाफा तीस वर्षांपूर्वीच्या आठवणी सांगून मला खुणावू लागला. मी त्याच्याकडे वळलो न् वळलो, तोच मालवणचे माझे स्नेही डॉक्टर आजगावकर यांनी एकदा सहज दाखविलेला नागलिंगचाफा डोळ्यांसमोर उभा राहिला. या दुसऱ्या चाफ्याला नागचाफ्याचा सौम्य सुगंध तर असतोच, पण त्याच्या अंतरंगात शंकराच्या पिंडीसारखा जो भाग असतो, त्यामुळे त्याचे सौंदर्य अधिकच आकर्षक वाटते. तो पाहून माझ्या मनात आले होते, निसर्ग हा सर्वश्रेष्ठ कलावंत आहे हेच खरे! काल आपण जे केले, तेवढ्यावर तो कधीच संतुष्ट राहत नाही. काहीतरी नवे, काहीतरी अधिक सुंदर करण्याच्या नादात तो नेहमी निमग्न असतो.

पण त्या नागलिंगचाफ्याचे कौतुक करायला माझे मन मोकळे कुठे होते? एकीकडे चिमुकल्या पांढऱ्याशुभ्र जाई-जुई त्याला मोह घालीत होत्या. दुसरीकडे निळसर कमळाची प्रफुल्ल कलिका फार जुनी ओळख जागृत करून त्याला ओढीत

होती. कुठला सुगंध आपल्याला अधिक धुंद करतो, तोही मला सांगता येईना. रातराणी ही सुगंधाची राणी असली, तर अबोली रंगाची राणी आहे. एका चाफ्यात रंगाचे आणि गंधाचे किती प्रकार आहेत, म्हणून सांगू! अत्तरातसुद्धा तितके सापडणार नाहीत. या फुलांची गोष्ट तर राहू द्याच! अगदी साधी मानली गेलेली कोरांटीची किंवा गोकर्णीची फुले घ्या. त्यांना डावलून काही मी वाटेने पुढे जाऊ शकणार नाही. प्रणयाच्या किंवा वात्सल्याच्या विविध छटांप्रमाणे त्यांचे रंगसुद्धा किती मोहक असतात.

स्वयंवराच्या मंडपात शिरून एकही पुरुष पसंत न करणाऱ्या राजकन्येची स्थिती मोठी विचित्र होते, पण मंडपातले अनेक राजपुत्र आपल्याला आवडतात, असे म्हणणाऱ्या राजकुमारीची अवस्था तिच्यापेक्षाही बिकट नाही का? मी या दुसऱ्या प्रकारच्या आपत्तीत सापडलो होतो. प्रथमदर्शनी अगदी साधा वाटणारा प्रश्न! 'तुमचे आवडते फूल कोणते?' पण त्याने मला मोठ्या पेचात टाकले होते. महाभारतातल्या यक्षप्रश्नासारखा तो मला वाटू लागला होता. त्या मुलीला उत्तर काय लिहायचे?

एक गोष्ट एकदम माझ्या लक्षात आली. मोठमोठे कवी फुलांविषयी सदैव सहृदयतेने लिहितात, त्यांच्या सुखदुःखांशी समरस होतात, पण कुठलीही भावना प्रगट करताना ते त्या फुलांचे नाव घेत नाहीत. 'फुले' असा सामान्य उल्लेख ते करीत असतात. भवभूतीचेच उदाहरण घ्या - 'उत्तररामचरिता'च्या पहिल्या अंकात चित्रदर्शनाचा प्रसंग आहे. प्रभू रामचंद्र सीतेच्या वाट्याला आलेले दुःख आठवून म्हणतात,

'जे नित्य सुंदर सुगंधि शिरी धरावे । ते पुष्प काय चतुरे चरणे चुरावे?'

ते पुष्प! यापेक्षा अधिक वर्णन या चरणात नाही, पण या दोन ओळी किती भावपूर्ण आहेत!

'एखाद्याचे नशीब' ही गडकऱ्यांची करुण कविता वाचताना हाच अनुभव येतो. दैवाची विचित्र लीला वर्णन करण्याकरिता गडकऱ्यांनी या कवितेत फुलांचा आश्रय केला आहे, पण हे अमके फूल आणि ते तमके फूल असा भेदभाव मात्र त्यात कुठेही व्यक्त झालेला नाही. फुले म्हणजे फुले! मग त्यांचा रंग कोणताही असो, गंध कसाही असो, ती चार घटकात सुकणारी असोत अथवा आठ दिवस टिकणारी असोत. गवती फुलापासून गुलबकावलीच्या फुलापर्यंत सारी फुलेच आहेत. त्या सर्वांवर कवी सारखेच प्रेम करतात.

फुलांमध्ये नाना प्रकारचे रंग आणि गंध असून, कवी त्या सर्वांकडे समदृष्टीने पाहू शकतो, याचे कारण एकच आहे. त्याच्या दिव्य दृष्टीला पुष्प हे मानवी जीवनाचे प्रतीक वाटत असते. माणसे रंगाने, उंचीने, बुद्धीने, पैशाने आणि अशाच

प्रकारच्या शेकडो गोष्टींनी एकमेकांपासून भिन्नभिन्न दिसतात. ती नित्य परस्परांपासून दूरदूर जात असतात. त्या भिन्नतेच्या जाणिवेतूनच जगातली सर्व भावंडे निर्माण होतात. पण सर्व माणसांमध्ये एक सामान्य गोष्ट लहानमोठ्या प्रमाणात वास करीत असते. ती म्हणजे माणुसकी! त्यामुळे मनुष्य इथून तिथून एक आहे, असे आपण म्हणतो. माणसात जशी माणुसकी, तसे फुलात फूलपण! मग ते फूल कसलेही असो... फुलांचे ते फूलपण आपल्याला सात्त्विक आनंद देते, आपल्या कोमल भावना जागृत करते. 'तुमच्यापाशी जे काही रम्य असेल, ते जगाला द्या. त्यातच जीवनाचे सार्थक आहे.' असे ते आपल्या कानात हळूच सांगते. या सत्याचा साक्षात्कार झाल्यामुळेच टिळक कवींनी 'फुलेच फुले' ही कविता लिहिली असावी.

त्या मुलीच्या 'तुमचे आवडते फूल कोणते?' या प्रश्नापुढे मी लिहिले -
'जगातली सर्व फुले... न पाहिलेलासुद्धा!'

१९५२
■

मित्रमंडळींना पोहोचविण्याकरिता मी दारापर्यंत गेलो. त्यांना निरोप देऊन कुठल्या तरी अर्धवट ऐकलेल्या एका नाचऱ्या गाण्याचा चरण गुणगुणत मी जिना चढून वर आलो. मी खोलीत प्रवेश केला, तो ऐटीने शीळ घालीतच! माझे मलाच आश्चर्य वाटले. शिळेचा संबंध प्रेमात पडलेल्या तरुणतरुणींच्या गुप्त गाठीभेटींशी आहे, असे वाङ्मय सांगते; पण ते मुळीच खरे नाही. खूप आनंद झाल्याशिवाय मात्र मनुष्य सहसा शीळ घालीत नाही, असे मला वाटते... निदान मी तरी घालीत नाही. माझे मन आनंदतरंगावर पोहत होते, याचीच ती शीळ ही एक खूण होती.

घड्याळाकडे माझे लक्ष गेले - साडेसात! अरे बाप रे! घड्याळाचा शोध लावणारा मनुष्य महामूर्ख... छे! महादुष्ट... असला पाहिजे, असा विचार माझ्या मनात चमकून गेला. समंधाच्या रूपाने पुढे येऊन उभा राहिलेला आपला बाप पाहून हॅम्लेटसुद्धा जेवढा दचकला नसेल, तेवढा मी त्या घड्याळातले साडेसात पाहून घाबरून गेलो. समोरचे ते दोन्ही काटे... त्यातला तो छोटा बुटकासुद्धा... मनाच्या कुठल्या तरी खोल भागात आपल्याला टोचीत आहेत, असा मला भास झाला. लगेच वाटले, हे दुष्ट घड्याळ असेच फरशीवर आपटावे आणि त्याचे तुकडे तुकडे करून टाकावेत; पण घड्याळे सध्या किती महाग झाली आहेत, याची मला चटकन आठवण झाली. अत्याचाराला प्रवृत्त होणाऱ्या माझ्या मनाला मी आवरून धरले.

पण मनातली ठुसठुस मात्र सुरूच होती. आमच्या इथे टपाल बंद होण्याची वेळ साडेसहा आहे. आजच्या डाकेने किती तरी महत्त्वाच्या पत्रांची उत्तरे मला पाठवायची होती. आजच्या टपालाने जायला हवा असलेला लेखही जागच्या जागी पडून होता. ज्यांच्याकडे तो पाठवायचा होता, त्या संपादकमहाशयांची उद्याची शिव्यांची लाखोली मला आताच ऐकू येऊ लागली. मी खोलीत चहूकडे नजर फिरविली. तिसऱ्या प्रहरानंतरची सारी सारी कामे जागच्या जागी पडून होती. ही चूक

साडेचार तास

/१/

आपल्या हातून झाली कशी, हेच मला क्षणभर कळेना.

ते झाले असे -दुपारी तीन वाजता माझी वामकुक्षी संपली. वेस्ट इंडीजचा व आपला पहिला कसोटीचा सामना सुरू आहे, याची मला अंथरुणावरून उठता-उठताच आठवण झाली. आज हिंदी संघ खेळणार होता. त्याच्या किती धावा झाल्या आहेत ते पाहावे आणि मग कामाच्या घाण्याला स्वत:ला जुंपून घ्यावे, म्हणून मी रेडिओपाशी गेलो. रेडिओ सुरू करताच अमरनाथ क्रीडांगणावर नुकताच उतरला आहे, असे मी ऐकले. माझे कुतूहल अधिकच जागृत झाले. क्षणार्धात मी लहान मूल झालो... रेडिओ मला गोष्टी सांगू लागला. आता उठू, मग उठू, अशी चुळबुळ करीत मी रेडिओपाशी बसून राहिलो. थोड्या वेळाने आपल्याला उठायचे आहे, हेच मी विसरून गेलो. 'गोमेझ बोलिंग टाकीत आहे', 'हा चेंडू लेग ब्रेक होता', 'सुंदर टोला' असली वाक्ये मला सुभाषिताहूनही आकर्षक वाटू लागली. समुद्रात पोहताना लाटेमागून लाट यावी आणि ती अलगद अंगावर घेता-घेता जणू काही आपण अंतरिक्षातल्या एखाद्या पाळण्यात पडून झोके घेत आहोत, असा भास व्हावा अगदी तशा प्रकारचा आनंद खेळाच्या वर्णनातले वाक्यामागून वाक्य ऐकताना मला होत होता. आंधळ्या मनुष्याला एखादे सुंदर नाटक पाहत असताना काय वाटत असेल, याची मला नीट कल्पना नाही. बहुधा, त्याचे कान अधिक रसिक होत असावेत. माझीही तशीच स्थिती झाली. भीती, कौतुक, कुतूहल, उत्सुकता, अधीरता, इत्यादी अनेक भावनांनी माझे मन फुलून गेले. खेळाचे वर्णन ऐकता-ऐकता दोन तास केव्हा निघून गेले, ते माझे मलाच कळले नाही. शेवटी नभोवाणीवरील वक्त्याच्या अंगात जेव्हा कवीचा संचार झाला आणि 'आता क्रीडांगणावर संध्याकाळच्या सावल्या पसरू लागल्या आहेत', असे त्याने सांगितले तेव्हा तर क्षणभर मी धास्तावून गेलो. दिल्लीच्या क्रीडांगणावर प्रत्यक्ष खेळणारे हजारे आणि अमरनाथ सुद्धा त्या सावल्या पाहून गडबडले नसतील. पण मला वाटले, जणू काही मीच तिथे हातात बॅट घेऊन उभा आहे. या मंदावणाऱ्या प्रकाशात एखादा चेंडू आपल्याला नीट दिसला नाही तर हिंदी संघाचे केवढे नुकसान होईल, या कल्पनेने मी बेचैन होऊन गेलो.

लहानपणी हरिभाऊंच्या आणि मोठेपणी हार्डीच्या कादंबऱ्या वाचताना मी असाच रंगून जात असे. हातातली कादंबरी संपल्यावरही कितीतरी वेळ माझ्या मनावरली तिची धुंदी उतरत नसे. कथा, संगीत आणि क्रिकेट यांचे मानसशास्त्रदृष्ट्या एकमेकांशी काय नाते आहे, हे मी सांगू शकणार नाही. पण ते आहे, असे मात्र माझ्या आतल्या आवाजाचे ठाम मत आहे. हिंदी संघाचा खेळ अपुरा राहिल्यामुळे एखादी चटकदार कादंबरी अर्धीच वाचल्यासारखी चुटपुट मला लागली. इतक्यात काही मित्रमंडळी माझ्याकडे बसायला आली. साहजिकच, आजच्या सामन्याच्या

गोष्टी सुरू झाल्या. त्या संपायच्या आधीच नायडू व अमरसिंग यांच्याविषयी आम्ही बोलू लागलो. लगेच आम्ही सारे कॉलेजात असताना टॅरंट नावाचा जलद चेंडू टाकणारा जो एक इंग्रज गोलंदाज होता, त्याच्याकडे आम्ही वळलो. झाले! बाळू, देवधर, विठ्ठल, जय, निसार... संध्येतली चोवीस नावे मी कधीच विसरून गेलो आहे. पण क्रिकेटमधली असली चोवीसच काय, पण अठ्ठेचाळीस नावेसुद्धा बसल्या बैठकीला मी घडाघड म्हणून दाखवू शकतो. रजपुतांच्या किंवा मराठ्यांच्या शौर्याच्या कथांप्रमाणे त्यांच्या पराक्रमाच्या स्मृतींत मी रमून जातो.

आजही तसेच झाले, पण या नादात माझी सारी संध्याकाळ गेली. अत्यंत आवश्यक अशा कामांकडे माझे दुर्लक्ष झाले. न्यायासनावर आरूढ होऊन माझ्या विवेकबुद्धीने मला आरोपीच्या पिंजऱ्यात उभे केले.

'तब्बल साडेचार तास एका सामन्याचे वर्णन ऐकण्यात आणि ऐकविण्यात तू खर्च केलेस, दोनशे सत्तर मिनिटे वाया घालविण्याइतका तुझा क्रिकेटशी काय संबंध आहे? तू कर्तव्यभ्रष्ट झालास, मोहाला बळी पडलास! बोल, हा गुन्हा तुला मान्य आहे, की नाही?'

ती भराभर मला प्रश्न विचारू लागली.

काहीतरी कैफियत देणे मला प्राप्तच होते. क्रिकेटचा नि माझा फार निकटचा संबंध आहे, हे सिद्ध करण्याकरिता मी डोके खाजवू लागलो. शेवटी मोठ्या मुश्किलीने चार प्रसंग मी शोधून काढले. पहिला, मी इंग्रजी तिसरीत होतो, त्यावेळचा! क्रिकेटचा चेंडू लागून दोन तास बेशुद्ध होतो मी तेव्हा! पण तो चेंडू एखाद्या भयंकर गोलंदाजाच्या हल्ल्याला मोठ्या वीरश्रीने तोंड देताना मला लागला नव्हता, हेच काय ते या आठवणीतले वैगुण्य होते. आम्हा लहान मुलांच्या संचाला मैदानाच्या एका बाजूला असलेल्या चिंचेच्या झाडाखाली जागा मिळाली होती. बडी मंडळी मधल्या क्रीडांगणावर खेळत असत. त्या बाजूला पाठ करून मी क्षेत्ररक्षण करीत होतो. तिकडे कुणीतरी जोराचा टोला मारला आणि इकडे आमच्या डावातला चेंडू झेलण्याकरिता मी वर पाहू लागलो, तो काकतालीय न्यायाने तो चेंडू माझ्या तोंडावर बसला. जखमी झालेला शूरवीर म्हणून पुढे चार-सहा दिवस त्या चिमण्या जगात माझे नाव गाजले; पण तो प्रसंग अजून मला आठवतो, तो एकाच कारणामुळे... त्या चेंडूने त्यावेळी घायाळ केलेला माझा एक दात अलीकडे मला फार त्रास देऊ लागला आहे.

दुसरी आठवण इतकी रोमहर्षक व रक्तरंजित नाही पण ती माझ्या पराक्रमाविषयीची आहे. आम्हा बाळगोपाळांमधल्या एका अटीतटीच्या सामन्यात मी एकदा दोन धावा काढल्या होत्या. (दोनपुढले शे हे अक्षर छापता-छापता उडून गेले आहे अशी कुणी समजूत करून घेऊ नये.) तो वखत मोठा बाका होता. आमच्या बाजूचे आठ-नऊ

खेळाडू बाद झाले होते. एक गडी चांगला खेळत होता. पण दुसऱ्या बाजूला त्याला कुणीतरी टेकू देणे आवश्यक होते. अशा आणीबाणीच्या प्रसंगी माझ्यावर खेळायला जायची पाळी आली. माझी दृष्टी मूळची अधू असल्यामुळे खेळताना मला नेहमीच नशिबावर हवाला टाकावा लागे. 'असेल माझा हरि, तर देईल खाटल्यावरि' या संतवचनाची आठवण करीत मी क्रीडांगणावर उतरलो. एरवी माझे नशीब एखाद्या क्रूर लहरी राजाप्रमाणे मला चटकन बाद करून टाकीत असे, पण त्या दिवशी त्याची लहर फिरली होती. फाशीची शिक्षा दिलेल्या मनुष्याला त्या राजाने एकदम आपला मुख्यमंत्री नेमावे, तसा मला अनुभव आला. मी यथाशक्ति -यथादृष्टीच म्हणणे अधिक योग्य होईल - चेंडू अडविण्याचा प्रयत्न करीत होतो आणि तो माझ्या बॅटला भिऊन कुठेतरी जवळपास पळत होता. त्या दिवशी मी माझ्या भिडूला दीड तास आधार दिला आणि सामना जिंकला.

क्रिकेटशी माझी दोस्ती आहे, हे सिद्ध करणारा माझा तिसरा साक्षीदार थोडा विनोदी आहे. त्यावेळी कॉलेजात पहिल्या वर्गात होतो आम्ही. दिवस पावसाळ्याचे होते. कॉलेजला सुटी असल्यामुळे आम्हा काही मित्रांना क्रिकेट खेळायची स्फूर्ती झाली. पावसाचा बिलकूल नेम नव्हता, पण जग जिंकायला निघालेल्या सिकंदराच्या ऐटीने आम्ही आपापल्या खोल्यांबाहेर पडलो. क्रीडांगणावर आम्ही पाऊल टाकले न् टाकले, तोच मुसळधार पाऊस पडू लागला. थंडी, पडसे, खोकला, न्यूमोनिया हे शब्दकोशात असतात, याची आम्हाला आठवण झाली; पण वसंतसेनेसारखी अबला मेघांच्या सिंहगर्जनांना आणि विजेच्या विकट हास्याला न भिता असल्याच पावसातून चारुदत्ताच्या घरी जाते, हे आम्ही नुकतेच गंधर्व मंडळींच्या रंगभूमीवर पाहिले होते. जुन्या काळातली एक स्त्री असले साहस करू शकते. मग आपण तर विसाव्या शतकातले पुरुषासारखे पुरुष - ज्यांना मिसरूड नुकतीच फुटू लागली आहे, असे पुरुष - अहो, पावसाला भिऊन आपण पळून जाणे नामर्दपणाचे होईल, असे आमच्यापैकी प्रत्येकाचे मत पडले. आम्ही त्या पावसात खेळत राहिलो. खेळता-खेळता इतर अनेकांप्रमाणे पाय घसरून मीही एकदा लोटांगण घातले. समोरच आमचा वर्ग जिथे बसत असे, ती फर्ग्युसन कॉलेजची ॲम्फी थिएटरची इमारत होती. आपण आपल्या विद्यामंदिराला साष्टांग नमस्कार घातला, असे मनाचे समाधान करीत आणि सदऱ्यावरला चिखल झाडीत मी आडव्याचा उभा झालो.

चौथा प्रसंग थोडा निराळा होता. या वेळी मी पंच झालो होतो. वक्त्यापेक्षा श्रोता होणे जसे अवघड असते, तसे खेळाडूंपेक्षा पंच होणे कठीण! श्रोते काही करीत असले, तरी वक्त्याला तोंडाची टकळी चालू ठेवावीच लागते. त्यामुळे तो एकसारखा जागा असतो, पण कंटाळवाणे व्याख्यान ऐकताना येणारी डुलकी... छे! ती आवरणे हे येरागबाळाचे काम नव्हे. पंचाची स्थिती या श्रोत्यासारखीच होते.

त्याच्या निर्णयाचा प्रश्न केव्हातरी घटका-दोन घटकांनी उत्पन्न व्हायचा, पण मध्यंतरीच्या वेळात त्याला माश्या मारीत स्वस्थ उभे राहावे लागते. मीही असाच कुठेतरी... बहुधा डाव्या बाजूच्या माडांच्या राईकडे पाहत असताना 'हाऊज दॅट, अंपायर?' अशी गर्जना माझ्या कानावर पडली. निकाल काय द्यावा, हे मला कळेना. सुवर्णमध्याचे तत्त्वज्ञान एरवी बरे असते, पण इथे त्याचा काहीच उपयोग नव्हता. त्यामुळे निर्णय सांगताना माझी मोठी तिरपीट उडाली. त्या अनुभवातून माझा पहिला लघुनिबंध जन्माला आला.

या सर्व प्रसंगांची मी मनातल्या मनात उजळणी केली, पण तेवढ्याने माझ्या विवेकबुद्धीचे मुळीच समाधान झाले नाही. तिने रागारागाने विचारले,

'पुण्याच्या बाबू टांगेवाल्याचं नाव माहीत आहे ना तुला?'

तात्यासाहेब केळकरांनी ज्याची मुलाखत प्रसिद्ध केली होती, अशा प्रसिद्ध गृहस्थाचे नाव ठाऊक नाही, असे मी कोणत्या तोंडाने म्हणणार? मी नंदीबैलाप्रमाणे मान हलविली. लगेच ती पुढे म्हणाली,

'तू बाबू टांगेवाल्याच्या पासंगाला तरी लागतोस का? क्रिकेटचा खरा नाद त्याला आहे. पुण्यात कुठलाही सामना असो. त्याच्याकरिता एखादा पेला बक्षीस ठेवायला किंवा क्रीडांगणावर पराक्रम गाजविणाऱ्या वीराच्या गळ्यात पुष्पहार घालायला बाबू नेहमी एका पायावर तयार असतो. त्याच्या टांग्याचा घोडा क्रिकेटवर बेहद्द खूश आहे. सामना म्हणजे सुट्टी, हे आता त्याला पाठ झालंय. बाबूसारखं तुझं या खेळावर प्रेम असतं, तर आजची तुझी चूक क्षम्य ठरली असती, पण... लहानपणापासून तू असाच चुकारतट्टू आहेस.'

या आरोपाला उत्तर देण्याचं धैर्य मला होईना. संध्याकाळी पोपटांचा थवाच्या थवा उडत-उडत माडाच्या राईत येऊन विसावावा, तशा बाळपणापासूनच्या अनेक आठवणी माझ्या मनात गोळा झाल्या. मी पाच वर्षांचा असेन, नसेन. नुकतेच कुठे मला वाचायला येऊ लागले होते तेव्हा, पण शाळेला निघालो की, मी कोपऱ्याकोपऱ्यावर थांबायचो आणि मोठमोठ्या हिरव्यातांबड्या अक्षरात छापलेल्या नाटकांच्या जाहिराती वाचीत उभा राहायचो. 'सवाई माधवराव यांचा मृत्यू', 'गुप्तमंजूष', 'मोहनतारा', 'सत्यविजय', इत्यादी शब्द वाचता-वाचता माझ्या डोळ्यापुढे एक निराळीच अद्‌भुत झगमगीत सृष्टी उभी राही. आपल्याला शाळेत जायचंय याचा मला क्षणार्धात विसर पडे.

पुढच्या विद्यार्थिदशेतही मी अनेकदा असाच वागलो. एक गोष्ट मला अजून पक्की आठवते. इंटरला मी गणित घेतले होते. रँग्लर परांजपे आम्हाला तो विषय शिकवीत असत. परीक्षेत चांगल्या रीतीने पास होणे मला आवश्यक होते, पण एकदा कुठूनतरी व्हिक्टर ह्यूगोची 'ला मिझराब्ल' ही कादंबरी माझ्या हाताला

लागली आणि मग त्या आठवड्यात रँग्लरांनी आम्हाला काय शिकविले, याचा मला मुळीच पत्ता लागला नाही.

अशा अनेक आठवणी माझ्या डोळ्यापुढे उभ्या राहिल्या. त्यांची ती पलटण पाहून मी थोडा वेळ बेचैन झालो. मग त्यांच्याकडे मी तटस्थ दृष्टीने पाहू लागलो. आपली विवेकबुद्धी म्हणते, तशी त्या चुकारतट्टूपणाच्या द्योतक आहेत, असे मला काही केल्या वाटेना. माझ्या रक्तात विशिष्ट गोष्टींविषयी अधिक ओढ आहे एवढेच त्यावरून सिद्ध होत होते. पण या ओढीविषयी माझ्या विवेकबुद्धीने इतका तिरस्कार का दर्शवावा हे मला कळेना. मी विचार करू लागलो. आतापर्यंत कधी न सुचलेला एक विचार एकदम माझ्या मनात डोकावून गेला. जिला आपण विवेकबुद्धी म्हणतो, तिचा कधी कुणी विचारपूर्वक अंगीकार केलेला असतो, असे थोडेच आहे? ती परंपरागत संस्कृतीतून आणि जीवनविषयक संकेतातूनच निर्माण होते. साहजिकच, ती एककल्ली बनलेली असते.

माझ्या विवेकबुद्धीची हीच चूक होत होती. किंबहुना जिला आपण भारतीय संस्कृती म्हणत आलो, तिच्यातच तो दोष आहे. राम आणि कृष्ण या दोघांनाही आपण पूज्य मानतो, पण व्यक्तिजीवनात मात्र आपण पदोपदी रामाच्याच आदर्शाचा पुरस्कार करतो. रामाने पित्याच्या शब्दासाठी चौदा वर्षे वनवास स्वीकारला, लोकांच्या समाधानासाठी प्रिय पत्नीचा त्याग केला, या गोष्टींचे आम्ही पिढ्यान् पिढ्या कौतुक करीत आलो. पण कंसाचा वध करणारा कृष्ण गोकुळात गवळ्याची पोरे आणि पोरी गोळा करून घटकान् घटका दंगामस्ती करीत बसे आणि ऐन युद्धाच्या वेळी तत्त्वज्ञ होणारा श्रीकृष्ण रुक्मिणी आणि सत्यभामा यांचे पारिजात वृक्षाविषयीचे भांडण सोडविण्यात आनंद मानीत असे. या गोष्टीचे जीवनविषयक महत्त्व आम्ही कधीच ओळखले नाही. जीवन स्वभावत: एकांगी अथवा एकरंगी नाही. पण ते तसे करण्याचा आमच्या संस्कृतीने अट्टहास केला. एखादा ऋषी तपश्चर्येला बसला, की त्याने साठ हजार वर्षे लोहपिष्ठ भक्षण केले पाहिजे. कितीही मोहक अप्सरा समोर येऊन उभी राहिली, तरी तिच्याकडे त्याने ढुंकूनसुद्धा पाहता कामा नये, हा आमच्या संस्कृतीचा दंडक! आमची वर्णव्यवस्था घेतली अथवा आमची आश्रमव्यवस्था पाहिली, की हा दोष मनाला खटकल्याशिवाय राहत नाही. सारे जीवन कर्तव्याच्या पोलादी चौकटीत बसवायचे, मनुष्याला एक सद्‌गुणी यंत्र बनवायचे, हे आपले जुने ध्येय होते.

त्या ध्येयाच्या संस्कारातच माझी विवेकबुद्धी वाढली. त्यामुळे तिला आजचे साडेचार तास फुकट गेले, असे वाटले. पण खरोखर ते सत्कारणी लागले होते. त्या अवधीत मी माझ्या नित्याच्या साऱ्या काळज्या, साऱ्या विवंचना विसरून गेलो होतो. पिंजऱ्यात कोंडलेल्या पाखराने रानावनात मनसोक्त फिरून यावे, तशी माझ्या

मनाची स्थिती झाली होती. जी कामे मी कंटाळत करणार होतो, त्यांच्याविषयी एक प्रकारचा उल्हास माझ्या मनात निर्माण झाला होता.

मला वाटले, प्रत्येकाच्या जीवनवृक्षाची मुळे जमिनीत खोलवर पसरून, आपल्याला पाहिजे असलेला आनंदाचा ओलावा कुठून तरी मिळवीत असतात, हेच खरे! पृथ्वीच्या पोटातले हे पाझर लोकांना बाहेरून दिसत नाहीत. पण त्यांच्यावरच त्या वृक्षाची टवटवी अवलंबून असते!

बस्स, ठरले! आपण उद्या सारा दिवस या सामन्याचे वर्णन ऐकत रेडिओपाशी बसणार! त्यामुळे कुणा संपादकाला उशिरा लेख मिळाला आणि त्याने आपल्याला शिव्या दिल्या, तरी हरकत नाही. नाहीतरी तो लेख प्रसिद्ध झाल्यावर टीकाकार तरी आपली दुसरी काय संभावना करणार आहेत?

१९४८
∎

गेले पंधरा-वीस दिवस सारखे असे चालले आहे. अगदी कंटाळून गेलोय मी! 'अमक्या अमक्या गाडीने येतो' म्हणून एखाद्या बड्या पाहुण्याने आपल्याला पत्र पाठवावे, आपण त्याच्या स्वागताकरिता प्रत्येक गाडीला स्टेशनावर जावे आणि गार्डापासून हमालापर्यंत सर्वांचे चेहरे नीट न्याहाळून हात हलवीत घरी परत यावे, तसे काहीतरी गेले पंधरा दिवस मला वाटत आहे. हा पाहुणा तसा पृथ्वीवरला नाही, हे खरे! पण अगदी स्वर्गातून यायचे झाले, म्हणून काय माणसाने हवे तसे वागत सुटावे? 'आलो, आलो' म्हणून सांगावे आणि हातावर तुरी देऊन निघून जावे? त्याच्या स्वागतासाठी आम्ही इकडे घामाघूम व्हावे आणि आपल्याशी चार गोड शब्दसुद्धा न बोलता या लहरी पाहुण्याने खुशाल दुसरीकडे जाण्याचे प्रस्थान ठेवावे?

पंधरा दिवसांच्या या अनुभवाने माझ्या अंगाची कशी लाही होत होती. पण त्या चंचल, स्वच्छंदी पाहुण्याला त्याची मुळीच पर्वा नव्हती. दुपारचे दोन वाजले. स्वारी हळूच ईशान्येकडून डोकावून पाहू लागली. मेंढीसारखा दिसणारा एक काळा ढग सावकाश पुढे आला. हा हा म्हणता तिथे मेंढ्यांचा कळप गोळा झाला. वाऱ्याला धनगर होण्याची लहर आली असावी! तो त्या मेंढ्या हाकू लागला. तो त्यांना कुठे नेणार होता, कुणास ठाऊक! मी पश्चिमेकडे पाहिले. छे! चरण्याच्या दृष्टीने चांगला असा डोंगर उभ्या आभाळात कुठेच दिसत नव्हता!

गदगदू लागले. गेले पंधरा दिवस हेच चालले होते. मी अंगातला सदरा काढून फेकून दिला आणि खिडकीपाशी येऊन उभा राहिलो. दहा मिनिटात काळसर अभ्रांनी उत्तर आणि पूर्व या दोन्ही दिशा झाकळून गेल्या. युद्धाकरिता सज्ज झालेल्या मत्त कुंजरांप्रमाणे भासणारे त्यातले दोन-तीन प्रचंड मेघ मोठे प्रेक्षणीय दिसत होते. त्यांचा हा पवित्रा पाहून मला वाटले, आज काही पाऊस पडल्याशिवाय राहणार नाही. अगदी हत्तीच्या सोंडांनी आज जगाला अभिषेक होणार. गेले पंधरा दिवस

सुवर्णक्षण

/१०/

तहानेने व्याकूळ होऊन तगमगणाऱ्या पृथ्वीला पोटभर पाणी प्यायला मिळणार, जिकडे तिकडे गारेगार...

मी मोठ्या आशेने आकाशाकडे पाहत राहिलो. पण पावसाचा एक थेंब सुद्धा पडण्याचे काही लक्षण दिसेना. हुतुतूतला खेळाडू प्रतिपक्षाच्या गोटात शिरून पुन्हा चपळपणाने परत आपल्या जागी येतो ना? तसे ढगांचे चालले होते. ते उगीच इकडेतिकडे फिरत होते. मधेच डुलक्या घेत होते. भरून आलेल्या त्या आभाळाकडे पाहता पाहता मला लग्नघराची आठवण झाली. तिथेही अशीच गर्दी असते. रिकामटेकडी माणसे इकडून तिकडे फिरत असतात. माझ्या मनात हा विचार यायला आणि आकाशात मोठा गडगडाट व्हायला गाठ पडली. शे-पन्नास तोफा एकदम डागाव्यात तसा तो घनगंभीर आवाज होता. 'लढाईला तोंड लागलं हं!' असा धीर स्वतःला देत मी त्या गडगडणाऱ्या ढगांकडे मोठ्या उत्सुकतेने पाहू लागलो. आता पुष्कळांनी आपले मौनव्रत सोडले होते. सर्कशीच्या पिंजऱ्यातली हिंस्र जनावरे डरकाळ्या फोडीत इकडेतिकडे फिरतात ना, तसे ते ढग दिसू लागले. इतक्यात ईशान्येच्या कोपऱ्यात विजेचे नर्तन सुरू झाले. दुसऱ्याच क्षणी ती अशी कडकडली... मी भयाने गपकन डोळे मिटून घेतले. वीज कडकडत कुठेतरी दूर जाऊन पडली होती!

अगदी संध्याकाळ व्हावी, तसे आता वाटू लागले. सूर्यप्रकाश निस्तेज झाला होता. मला असला मलिन दिवस आवडत नाही. तो दुर्दिन वाटतो. अशावेळी, लेखन... वाचन... काही काही सुचत नाही मला. अगदी उदास वाटू लागते. मनात नाही नाही त्या गोष्टी गोळा होतात. आर्त स्मृती, अतृप्त आशा, विचित्र इच्छा यांचे विलक्षण संमेलन भरते तिथे! एखाद्या वेळी सुखी मनुष्यसुद्धा का पर्युत्सक होतो, याची कालिदासाने जी मीमांसा केली आहे, ती अशावेळी खरी वाटू लागते. पुनर्जन्म... पूर्वजन्म... मागील जन्मी आपण कोण होतो? पुढल्या जन्मी...

अंगातून घामाच्या धारा वाहू लागल्या. त्या गडगडणाऱ्या ढगांचा असा राग आला मला! तास न् तास अर्थशून्य बडबड करणाऱ्या वक्त्याप्रमाणे, आठवडेच्या आठवडे कार्यकर्त्याला आपल्या दारात खेटे घालायला लावणाऱ्या कवडीचुंबक देणगीदाराप्रमाणे त्यांचे वर्तन चालले होते. तापलेली पृथ्वी तडफडत होती, शिजणारी माणसे धडपडत होती आणि पावसाचे मिरासदार असलेले ते ढग आकाशात शांत चित्ताने गडगडत होते.

'शरदि न वर्षति गर्जति' हा इंग्रजी चौथीत पाठ केलेला श्लोक मला आठवला. त्या कवीच्या सूक्ष्म निरीक्षणाविषयी कौतुक वाटले. त्याने वर्षाकालातल्या आवाज न करता पर्जन्यवृष्टी करणाऱ्या मेघांची शरदऋतूतल्या नुसत्या गडगडत राहणाऱ्या या ढगांशी किती मार्मिक तुलना केली आहे! त्याने निष्कर्ष काढला आहे-

'क्षुद्र मनुष्य नुसता बडबडत राहतो. त्याच्या हातून कुठलीही कृती होत नाही. सज्जन तोंडाला कुलूप घालतो आणि हाताने काम करीत राहतो.'

गडगडणाऱ्या ढगांकडे तुच्छतेने पाहत मी अंथरुणावर पडलो. सकाळी अर्धवट राहिलेले पुस्तक हातात घेतले आणि ते पुढे वाचू लागलो. पण माझे मन त्या पुस्तकात रमेना. ते वर्षाकालाचा विचार करण्यात गुंग झाले होते. कोकणात घालविलेल्या पावसाळ्यातल्या अनेक रम्य रात्री माझ्या डोळ्यांपुढे उभ्या राहिल्या. रात्री निजताना पाहावे, तो आकाश आरशासारखे लख्ख दिसे. त्यात कुठे अभ्रखंडसुद्धा नसे! आणि मग मध्यरात्री अचानक जाग आल्यावर मला वाटे, आपण अजून स्वप्नातच आहोत. आपल्याला पडणाऱ्या गोड गोड स्वप्नांच्या पैंजणांचा हा मंजूळ आवाज किती आल्हाददायक आहे! क्षणभराने माझ्या लक्षात येई, आपण जागे आहोत, बाहेर पाऊस पडत आहे... अगदी संथपणाने, शांतपणाने! बाहेर गळणाऱ्या पागोळ्यांनी आपल्या डोळ्यांपुढे नाचणाऱ्या स्वप्नांना साथ देण्याकरिता ताल धरला आहे. त्याचा तो मृदुमंजूळ ताल मला नेहमीच मोठा मोहक वाटे. झोप येत नसली तरी पाळण्याच्या आंदोलनाने सुखावलेले तान्हे मूल अंगाईगीत ऐकत स्वस्थ पडून राहते ना? तसा पावसाळ्यात मी तास-तास जागा राही. बाहेर पडणाऱ्या पावसाविषयी नाना प्रकारच्या कल्पना करण्यात माझे मन गुंग होई. एकदा वाटे, बाहेर पृथ्वीवर स्वर्ग अभिषेक करीत आहे. आकाशाच्या अभिषेकपात्रातून धरित्रीमातेच्या मूर्तीवर थेंबाथेंबाने पाणी पडत आहे. मग मनात येई... श्रीखंडाकरिता पंचात गुंडाळून खुंटीला टांगून ठेवलेल्या दह्यातून असेच पाणी ठिबकत असते! माझ्या या कल्पनेचे अनेकांना हसू येईल. मी मोठा खादाड मनुष्य आहे, असे त्यांना वाटेल. खादाड मनुष्याला खाण्याच्याच उपमा सुचायच्या, असे कालिदासाप्रमाणे तेही मनात म्हणतील! पण मला वाटते, माझ्या या कल्पनेच्या मुळाशी खादाडाप्रमाणे मानसशास्त्राचाच भाग अधिक आहे. मोठ्या माणसांनी खाण्यापिण्यात आवडीनिवडी बाळगणे मला आवडत नाही. मी जेवायला बसलो की पानात जे काही पडेल ते खातो... प्रसंगी मिटक्या मारीतसुद्धा! त्यामुळे मला सर्व पदार्थ सारखेच आवडतात, असा लोकांचा समज होतो. पण वस्तुस्थिती अगदी निराळी आहे. तीन-चार पदार्थांविषयी माझ्या मनात विशेष प्रेम आहे. श्रीखंड हा त्यातला अग्रगण्य होय. जीवन संयमित करण्याच्या नादात त्याच्याविषयीची आसक्ती मी मनात लपवून, दडवून ठेवली आहे. ती अशा कोणत्या तरी रूपाने बाहेर पडत असावी!

वर्षाकालातला हा निःशब्द पर्जन्यवृष्टीचा आनंद मोठा अनुपम असतो यात शंका नाही. दिवसभर काम करून थकल्याभागलेल्या पतीने जेवून अंथरुणावर पडावे आणि मग त्याची झोपमोड होऊ नये, म्हणून त्याच्या प्रेमळ पत्नीने स्वयंपाकघरातले झाकपाकीचे आणि आवराआवरीचे काम अगदी पाऊल न वाजविता

आणि भांड्याला भांडे न लागू देता करावे... तसा पडतो तो पाऊस! बकुळीच्या फुलांचा सुगंध, अबोल, पण वत्सल मातेचे स्मित, देवल किंवा हरिभाऊ आपटे यांची प्रसन्न शैली... छे! कितीही उपमा दिल्या, तरी त्या पावसाचे नाजूक सौंदर्य शब्दांनी प्रतीत करून देणे कठीण आहे. रात्रभर झिमझिम पडत राहणाऱ्या त्या पावसामुळे सकाळी साऱ्या सृष्टीवर नवयौवनाची जी कांती पसरते....

मी मनात म्हणत होतो, कुठे ते वर्षाकालातले अबोल ढग आणि कुठे हे शरदऋतूतले बडबडे ढग! यांची सारी शक्ती गडगडण्यातच संपून जायची. बेटे पंधरा दिवस दंगा करताहेत! पाच-पाच तास आकाशात तळ ठोकून बसले आहेत! पण त्यांच्यापासून पाण्याचा एक थेंब या तप्त पृथ्वीला मिळाला असला तर शपथ! त्यांची ही वायफळ बडबड ऐकत बसण्यापेक्षा कानांत बोटे घालून बसलेले काय वाईट?

मग कितीतरी वेळ मला ती बडबड ऐकू आली नाही. शेवटी मी डोळे उघडून पाहिले, तो उशाशेजारच्या घड्याळात सहा झाले होते. मी चमकून उठलो. तब्बल तीन तास मी झोपलो होतो. माझा एवढा वेळ त्या गडगडणाऱ्या ढगांनी फुकट घालविला होता. दुपारी ते आरडाओरडा करीत आकाशात जमले नसते तर...

त्यांना चांगल्या चार शिव्या हासडल्या आणि आपल्या कामाला लागावे, म्हणून मी खिडकीपाशी आलो. स्वत:च्या डोळ्यांवर माझा विश्वासच बसेना! जणू काही श्रीकृष्णाची द्वारका आकाशात हसत होती. पूर्व, ईशान्य, उत्तर... जिकडे पाहावे तिकडे रंगीबेरंगी ढग पसरले होते. अंजिरी, केशरी, चंदेरी, सोनेरी... किती किती रंगांत न्हाऊन निघत होते ते! सारे आकाश गुदगुल्या केलेल्या बालकाप्रमाणे हसत होते, त्याची प्रभा परावर्तित होऊन पृथ्वीवर पसरत होती. पिवळी अष्टपुत्री नेसलेल्या नववधूसारखी धरित्री सुंदर दिसत होती. एक घटका... फक्त एक घटका... त्या हसणाऱ्या ढगात मजेत पडण्याकरिता उरलेले सारे आयुष्य द्यायला मी आनंदाने तयार होतो. माणसाला पंख नाहीत, याची खंत मला तीव्रतेने प्रथम वाटली, ती याच क्षणी!

पाहता-पाहता आकाशातली ती गंधर्वनगरी अदृश्य होऊ लागली. ते सारे रंग भराभर वितळू लागले. पाच मिनिटांत आकाशात मी दुपारी पाहिलेल्या काळ्या ढगांखेरीज दुसरे काही उरले नाही.

पण आता त्या ढगांकडे उपहासाने पाहणे मला शक्य नव्हते. 'शरदि न वर्षति गर्जति...' हा श्लोक लिहिणाऱ्या कवीला मी अनुभवलेले आताचे क्षण पाहायला मिळाले नव्हते. माझ्या दृष्टीला पडलेले ते अद्भुतरम्य दृश्य त्याने पाहिले असते, तर क्षुद्र म्हणून या शरन्मेघांची उपहासपूर्ण संभावना करायला त्याची वाणी धजलीच नसती.

खरेच ज्यांना आपण क्षुद्र म्हणून हिणवितो, त्यांची आयुष्ये काय या ढगांपेक्षा निराळी असतील? आपल्याला त्यांचे बाह्य, रूक्ष निष्फळ जीवन दिसते. पण त्या सामान्य जीवनातही केव्हा ना केव्हा एखादा असामान्य क्षण येत असेल... त्या वैराण वाळवंटातही क्षणभर गंधर्वनगरी फुलत असेल... त्यागाच्या रूपाने, भावनेच्या रूपाने!

नाही, यापुढे मी कुणालाही क्षुद्र लेखणार नाही. त्याचे सर्व दोष कळत असूनही मी आशेने त्याच्याकडे पाहत राहीन. त्याच्या आयुष्यातल्या सुवर्णक्षणांकडे डोळे लावून बसेन.

१९५१

■

अंथरुणावर पडलो आणि मनात आले, पहाटे चारचा गजर लावून ठेवणे बरे! इतके दिवस मनात घोळत असलेली कादंबरी आपण उद्या लिहायला घेणार. ज्यांनी ज्यांनी तिचे कथासूत्र ऐकले, ते ते तिच्यावर खूश आहेत. आपली मन:स्थितीसुद्धा मोठी विचित्र झाली आहे. फुलायच्या वेळी कळीला असाच अस्वस्थपणा जाणवत असेल का? ओथंबलेल्या ढगांतून पर्जन्यधारा गळू लागतात, तेव्हा आकाशाला हाच भास होत असेल का? जन्माला येणाऱ्या अपत्याच्या कल्पनेने आईच्या अंत:करणात असेच काही...

पण असल्या कल्पनांत रमत राहायला मला वेळ कुठे होता? कादंबरी सुरू करण्याकरिता पहाटे उठायचे, तर मेंदूने शक्य तितक्या लवकर अळीमिळी गुपचिळी करायलाच हवी! आपले प्राचीन ऋषिमुनी ब्राह्ममुहूर्तावर उठत होते, ते काय उगीच? आणि 'घनश्याम सुंदरा' ही गोड भूपाळी होनाजीला स्फुरली, ती काय उन्हे येईपर्यंत अंथरुणात लोळत पडून? छे! पहाटे उठणाराला लक्ष्मी, आरोग्य आणि शहाणपण यांचा लाभ होतो, हे सुभाषित रचणारा मनुष्य काळाबाजार करणारा गबर व्यापारी, पोपटपंची करणारा आरोग्यमंत्री आणि साऱ्या जगाला वेड लागले आहे, असे समजून त्याची सुधारणा करायला निघालेला कुणीतरी दीडशहाणा असला पाहिजे. म्हणूनच पंच पंच उष:काल हा प्रतिभेचा पाळणा आहे, हे सत्य ती सूक्ती निर्माण करणाऱ्याच्या लक्षात आले नसावे!

पहाटे चारला उठून लेखनाची बैठक घालायची आणि कादंबरीची पहिली दोन प्रकरणे अकराबारापर्यंत हातावेगळी करायची, असा मी मनाशी संकल्प केला होता. 'सत्यसंकल्पाचा दाता भगवान' ही तुकोबांची ओळही मी गुणुगुणू लागलो होतो. संध्याकाळपासून साऱ्या घरादाराला निरनिराळ्या रीतीने या संकल्पाची जाणीव करून दिली होती मी! फक्त एकच गोष्ट शिल्लक राहिली होती. ती म्हणजे निवडणुकीच्या वेळी कर्णा घेऊन रस्तोरस्ती लोकांचे कान किटविणाऱ्या वाचिवीरांचे

पहिले पान

/११/

अनुकरण करणे. उद्या सकाळी मला घरात संपूर्ण शांतता हवी, माझ्या खोलीकडे कामावाचून कोणी फिरकता कामा नये, बायकोने मोलकरणीशी बोलायचे तेसुद्धा कुजबुजण्याच्या स्वरात, दोन-दोन तासांनी माझ्याकडे चहा आला पाहिजे, त्याला पाच मिनिटांचाही विलंब खपणार नाही. चहा आणणाऱ्याने खोलीच्या दारावर टिकटिक करायची, मात्र ती सुतार पक्ष्यासारखी असता उपयोगी नाही. अगदी नाजूक... कंकणरवासारखी... असली पाहिजे, इत्यादी फर्माने मी पुनःपुन्हा सोडली होती. त्यामुळे संकल्पित प्रकरणे उद्या सकाळी पुरी होणार, याविषयी निःशंक होऊन मी आता अंथरुणावर अंग टाकले होते.

मात्र अंतर्मनात थोडीशी चलबिचल सुरू होती. गजर न लावता आपण पहाटे बरोबर चार वाजता उठू शकू काय? गजर लावला तर घरातल्या सर्व माणसांची झोपमोड होईल. निद्राभंग ही प्रेमभंगाइतकीच तापदायक गोष्ट असते, म्हणून इतरांच्या निद्राभंगाचे पाप करायला माझे मन सहसा धजत नाही. पहाटे उठण्याचा प्रश्न निघाला, म्हणजे गजराच्या घड्याळाऐवजी आपल्या घरात चार-दोन कोंबडे असते तर बरे झाले असते, असे माझ्या मनात येते. पण मी पडलो दोन्ही बाजूंनी शास्त्र्यांचा नातू! कालानुरूप अस्मादिकांची स्वारी कितीही बदलली, तरी अजून घरात कोणी कोंबडी बाळगण्याचे धैर्य काही मला होत नाही!

त्या न पाळलेल्या कोंबड्यांची अंडी मोजता-मोजता माझा केव्हा डोळा लागला कुणास ठाऊक! मी दचकून जागा झालो. उजाडले की काय, या भीतीने अंथरुणावरून उठलो. टेबलावर टिकटिक करीत बसलेल्या वाटोळ्या चेहऱ्याच्या कालपुरुषाकडे पाहिले.

'फक्त सव्वाचार!' तो हसत उद्गारला.

तोंड धुतले, शक्य तितकी कमी आदळआपट करून स्टोव्ह पेटविला. चहाच्या एका पेल्याने प्रतिभा तितकीशी जागृत होणार नाही, म्हणून दोन पेले आधण टाकले. दहा मिनिटांत फक्कड चहा तयार झाला. चहाची भट्टी अशी साधली म्हणजे मला वाटते, समुद्रमंथनाची कथा लिहायचे काम माझ्याकडे असते तर तिच्यातल्या त्या अमृताची जागा मी चहाला दिली असती. कुणाला तरी जागे करून आपले पाककौशल्य त्याच्या गळी उतरवावे, असा मोह मनाला पडला; पण जो मोहाचे क्षण जिंकतो तोच जीवनात यशस्वी होतो, या सुभाषिताचे स्मरण करून मी तो दोन पेले चहा गट्ट केला.

ताजातवाना होऊन मी लेखनाच्या खोलीत प्रवेश करता झालो. प्रातःकालच्या उत्साहवर्धक वायुलहरीसाठी खिडकी उघडली. मंद चांदण्यात न्हावून निघालेली बाहेरची सृष्टी मोठी सुंदर दिसत होती. ते चांदणे म्हणजे अबोल, पण प्रेमळ व्यक्तीचे स्मितच होते जणू काही! शांतपणे झोपी गेलेली अवतीभवतीची घरे दिवसा

दंगा करणाऱ्या, पण रात्री आईच्या कुशीत शिरून झोपेत हसणाऱ्या बालकासारखी दिसत होती. आकाशातल्या मंदतेज तारका एखाद्या भव्य देवालयातल्या किंचित काजळी धरलेल्या दीपज्योतीची आठवण करून देत होत्या. अस्से दार उघडावे आणि या सुंदर प्रशांत निसर्गाशी गुजगोष्टी करीत-करीत दूरवर भटकत यावे, असा विचार माझ्या मनात आला नाही, असे नाही. पण मोठ्या कष्टाने मन आवरून लिहिण्याच्या बैठ्या मेजापाशी येऊन मी बसलो.

साधे व आखीव कोरे कागद, टोके काढून ठेवलेल्या तीन-चार पेन्सिली, चाकू, रबर वगैरे सर्व साहित्य जय्यत तयार होते. मी एक कागद उचलला, पेन्सिल हातात घेतली आणि पहिले पान लिहिण्याकरिता सज्ज झालो. मध्यरात्र झाली आहे, नायक आपल्या खोलीत शांतपणे झोपला आहे, बाहेर काळोख मी म्हणत आहे, अशा वेळी त्याच्या दारावर कोणीतरी पुन:पुन्हा टिकटिक करते. तो दार उघडून पाहतो, तो एक अपरिचित तरुणी समोर उभी. पहिल्या प्रकरणाचा हा प्रारंभ नव्हे, तर त्याच्या पुढचे सर्व लहान-मोठे प्रसंग मी अनेकदा मोठ्या रंगात येऊन मित्रांना सविस्तर सांगितले होते. मनाच्या रंगभूमीवर ही दोन्ही पात्रे पुन:पुन्हा उभी करून त्या नाट्यप्रसंगाची रेषान् रेषा स्पष्ट करून ठेवली होती. त्यामुळे आता हा हा म्हणता हे प्रकरण हातावेगळे होईल, असे मला वाटले.

सातचा चहा आला... नऊचा चहा आला, अकराचा चहा आला आणि तो पिऊन मी खोलीबाहेर पडलो. पत्नीने प्रश्न केला, 'आज चांगलं लिहिणं झालं ना?' तिला काय उत्तर द्यावे, हे मला समजेना. माझा चेहरा तसा मूळचा काही हसतमुख नाही. मग तिची अशी गैरसमजूत होण्याचे कारण काय? मी काहीच बोलत नाही, असे पाहून ती क्षणभर गप्प बसली. पण लगेच तो प्रश्न निराळ्या शब्दांनी तिने माझ्या कानावर घातला. कुतूहल हा स्त्रीमनाचा धर्मच आहे, असे स्वत:चे समाधान करून घेऊन मी मौनीबुवा होण्याच्या विचारात होतो, पण पत्नीचे प्रश्न महाभारतातल्या यक्षप्रश्नाइतकेच बिकट असतात, हे लक्षात आणून खरे काय ते तिला सांगावे आणि उपरणे झटकून मोकळे व्हावे, असा पोक्त निर्णय मी घेतला.

'सकाळपासून मी एक अक्षरसुद्धा लिहिलं नाही' हे माझे शब्द काही केल्या तिला खरेच वाटेनात! तिला लेखनाच्या खोलीत नेऊन सारे कोरे कागद दाखविले, तेव्हा कुठे आपला नवरा इसापपेक्षाही श्रेष्ठ कथालेखक आहे, अशी तिची खात्री झाली. बिचाऱ्या इसापने पर्वतांच्या प्रसववेदनांचे वर्णन करून त्यातून शेवटी उंदीर तरी बाहेर काढला होता! पण मी मात्र अनेक दिवस ताशेवाजंत्री लावून जी पालखी मिरवीत आणली होती, ती अक्षरश: रिकामी होती.

पहाटे पाचपासून अकरापर्यंत खोलीत स्वत:ला डांबून घेऊन मी कादंबरीचे पहिले पानसुद्धा लिहिले नाही. ते सहा तास मी कसे घालविले, याचे माझ्या

पत्नीला बहुधा कोडे पडले असावे. तरी बरे, तर्कतीर्थ लक्ष्मणशास्त्री जोश्यांची एक आठवण - ती श्रीपादराव नवऱ्यांनी सांगितली होती, असे वाटते - तिला ठाऊक नव्हती. तर्कतीर्थ जाडे विद्वान आहेत, पण स्वारीला लेखनाचा मनस्वी कंटाळा! डोक्यात विषय पूर्णपणे तयार असला, तरी तो हाताने कागदावर उतरणे मोठे मुश्कील! एकदा लेख ताबडतोब तयार व्हावा, म्हणून मित्रमंडळींनी सर्व लेखनसाहित्यानिशी शास्त्रीबोवांची एका खोलीत प्रतिष्ठापना केली आणि खोलीला बाहेरून कडी लावून घेतली. शास्त्रीबोवांना अशा कडेकोट बंदोबस्तात ठेवल्यावर चार तासांत लेख तयार झालाच पाहिजे, अशी सर्वांची खात्री होती. योग्य वेळी मित्रमंडळींनी खोलीची कडी काढली. पाहतात तो सर्व लेखनसाहित्य जागच्या जागी सुव्यवस्थित असून, शास्त्रीबोवांची स्वारी वाङ्मयानंदाशी सहोदर अशा निद्रासुखाचा अनुभव घेत आहे!

ही गोष्ट ठाऊक असती, तर सकाळपासून दोन-दोन तासांनी चहा पिण्यापुरता मी नियमितपणे जागा होत होतो आणि पुन्हा यथेच्छ ताणून देत होतो, असे सौभाग्यवतीला वाटले असते. तिचा तो समज दूर तरी कसा करायचा? पाच-सहा तास पुढ्यात कोऱ्या कागदांची चवड ठेवून आणि हातात पेन्सिली घेऊन मी बसलो होतो. डोक्यात सारे काही शिजून तयार होते. केव्हा एकदा ते कागदावर उतरून काढीन, असे मला कालपर्यंत झाले होते. पण आज प्रत्यक्ष लिहायला बसल्यावर सहा तासांत पहिले पानसुद्धा मी लिहू शकलो नाही. प्रसंग तयार होते. भाषा सज्ज होती. स्वभावरेखन निश्चित होते. अनेक वर्षांपूर्वी मुंबईत पाहिलेले ते भावपूर्ण डोळे... वरच्या मजल्यावर मी बसलो होतो. ती बस झटकन एका कोपऱ्यावरून वळली. तिथे एक अठरा-एकोणीस वर्षांची मुलगी होती. तिचे डोळे... मी क्षणभरच पाहिले पण ती गोड सस्मित दृष्टी अजून मला आठवते... मी माझ्या नायिकेला बहाल केले होते.

हे सारे मनात तयार असूनही मी एक अवाक्षरसुद्धा न लिहिता उठलो होतो. लिहिण्याचा निश्चय करून मान खाली केली की वाटे इतक्यात नको, आणखी पाच मिनिटांनी सुरुवात करू. लहानपणी थंडीच्या दिवसांत सकाळी नदीवर अंघोळीला गेलो, की माझी अशीच स्थिती होत असे. माझे मन पुनःपुन्हा म्हणत होते की, सारी कादंबरी कशी एखाद्या सुंदर व क्षणोक्षणी नवे रूप धारण करणाऱ्या स्वप्नासारखी आपल्याभोवती तरंगत आहे. पहिले पान लिहिले की तिची मर्यादा निश्चित झाली. पण कुठलेही स्वप्न सत्यसृष्टीत उतरले म्हणजे त्याचे पंख कापले जातात. मग काही केल्या ते स्वैर उडू शकत नाही. या कादंबरीची तेजस्वी नायिका, तिचा कारुण्यपूर्ण विषय, वास्तवाशी संलग्न असलेला तिचा तरल ध्येयवाद यांच्याविषयी हव्या तितक्या रम्य, भव्य, भीषण, उदात्त कल्पना करायला अजून मी मोकळा

आहे. पहिले पान लिहिले, की कल्पनेचे हे स्वातंत्र्य संपुष्टात येईल. ते पाऊल आपण टाकले की स्वप्नसृष्टीचा हा भंगुर पण उत्कट आनंद संपेल. ते पाऊल टाकण्याचा काळ जितका लांबणीवर पडेल, तितका स्वप्नांचा आनंद आपल्याला अधिक लुटता येईल. त्या आनंदात डुंबत पहिले पान लिहायचा विचार मी घटकेघटकेने पुढे ढकलीत गेलो आणि शेवटी सहा तास बैठक मारून एक अक्षरही न लिहिता उठलो.

हा माझा वेळ फुकट गेला, असे अनेकांना वाटेल. पण खरोखरी तो सार्थकी लागला होता. या सहा तासांत संकल्पित कादंबरीच्या कथासूत्राशी मी किती प्रकारचे खेळ खेळलो म्हणून सांगू? एखाद्या लहान मुलाने हातातला रंगीबेरंगी पतंग उडवीत गल्लीबोळातून, राजरस्त्यावरून, उद्यानातून, माळावरून स्वैर धावत सुटावे ना, तशी माझी कल्पना त्या सूत्राशी क्रीडा करीत होती. कोणत्याही सुखाच्या आस्वादापेक्षा त्याच्याविषयीच्या स्वप्नात अधिक रस असतो, या सत्याचा उन्माद व अनुभव मी घेतला होता.

तो आनंद लुटता-लुटता गडकऱ्यांच्या 'पहिले चुंबन' या कवितेची आठवण मला झाली. तीन तपांपूर्वी कॉलेजात असताना ही कविता मला फार आवडे. पहिल्या चुंबनाची सर दुसऱ्याला नाही, असे गडकऱ्यांनी या कवितेत मोठ्या मिष्टास वाणीने सांगितले आहे. या सिद्धान्ताविषयी मत द्यायचा अधिकार अनुभवाच्या अभावी आपल्याला नाही, हे मला त्यावेळी कळत नसे, असे नाही. पण असे असूनही त्या कवितेत काही विशेष आकर्षक आहे, असे मला नेहमी वाटे. पण सकाळी कादंबरीच्या पहिल्या पानाचे लेखन जसजसे मी पुढे ढकलू लागलो, तसे तसतसे मला वाटू लागले, की गडकऱ्यांनी ही कविता अगदी निराळ्या पद्धतीने लिहायला हवी होती. आपल्या प्रियतमेचे चुंबन घेण्याकरिता नायक हळूच तिच्यामागे जाऊन उभा राहतो; पण भावी सुखाच्या स्वप्नसृष्टीत गुंग असल्यामुळे तो ते घेऊ शकत नाही, असे त्यांनी दाखवायला हवे होते.

सुखान्त नाटके-कादंबऱ्यांचा शेवट नायक-नायिकांच्या मीलनात होतो. लेखक त्यांचे पुढचे आयुष्य वर्णन करायला सहसा तयार नसतो, याचे कारण हेच आहे. बोहल्यावर चढणे म्हणजे कल्पवृक्षावर चढणे असे तरुणतरुणींना वाटणे स्वाभाविक आहे. पण पुढे अनुभवांती ते बोरीचेच झाड ठरते. हे लक्षात घेऊनच चतुर कवी व लेखक विवाहपूर्व प्रणयाची चित्रे रेखाटतात. त्या दंपतीच्या नंतरच्या प्रेमाचे वर्णन करण्याच्या भानगडीत ते सहसा पडत नाहीत. जगातल्या उत्कृष्ट प्रणयकथांत जिची गणना होईल, ती उषा-अनिरुद्धाची गोष्टच घ्या ना! उषेला स्वप्नात अनिरुद्ध दिसतो, तो तिला आवडतो. जाग आल्यावर हे सर्व स्वप्न होते, याची जाणीव होऊन ती बेचैन होते. पण मनाला अस्वस्थ करून सोडणारे हे नाजूक दुःख

सांगायचे कुणापाशी आणि कसे? सुदैवाने तिची सखी चित्रलेखा जगातल्या सर्व सुंदर पुरुषांची चित्रे काढू शकते. त्यामुळे उषेला आपला प्रियकर कोण आहे, हे कळते. पुढे चित्रलेखा या प्रेमिकांचे मीलन घडवून आणते. लग्नाचा आणि युद्धाचा नित्याचाच निकटचा संबंध आहे. त्यामुळे वधूपक्ष व वरपक्ष यात एक मोठे युद्ध होऊन शेवटी उषा अनिरुद्धाच्या गळ्यात माळ घालते. झाले, ही प्रेमकथा इथेच संपली! महाकवी झाला तरी पुढे तो बिचारा कसले वर्णन करणार? या जोडप्याला इतकी मुले झाली, त्यांच्यामध्ये इतकी भांडणे झाली आणि इतकी भांडणे होऊनही त्यांना इतकी नातवंडे झाली, यापलीकडे सांगण्यासारखे त्यांच्या आयुष्यात काय घडणे शक्य होते? ही कथा आठवली म्हणजे मला वाटते, महाकवीने कल्पिलेले मानवी जीवनातले हे रूपक तर नसेल ना? मनुष्याच्या आयुष्यात स्वप्नाइतके सुंदर काहीच असू शकत नाही, हे तर त्याला सुचवायचे नसेल ना?

ते त्यांच्या मनात असो वा नसो, माझी याबाबतीत पूर्ण खात्री होऊन चुकली आहे. कीर्ती, प्रीती, ध्येय, त्याग, सेवा या सर्वांची स्वप्ने मी पाहिली आहेत. सत्यसृष्टीत उतरल्यावर ती कशी दिसतात, हेही अगदी जवळून निरखून बघितले आहे. त्यामुळेच आपली संकल्पित कादंबरी पूर्वीच्या कादंबऱ्यांसारखीच होणार, असा विचार माझ्या मनात आला असावा. त्या भीतीनेच लेखन करण्यापेक्षा त्याच्याविषयीच्या स्वप्नातच मी गुंग होऊन गेलो की काय, कुणास ठाऊक!

स्वप्नसृष्टीचा हा आनंद अखंड राहावा, म्हणून मी ही कादंबरी अजिबात लिहिणारच नाही की काय, अशी शंका तुमच्यापैकी अनेकांना येईल. त्यांना दुसरी एक अनुभवाची गोष्ट सांगितलीच पाहिजे. सत्यापेक्षा स्वप्न सुंदर असते हे खरे, पण जुन्या स्वप्नांपेक्षा नवी स्वप्ने अधिक मोहक असतात, हेही तितकेच खरे! लवकरच दुसऱ्या एखाद्या कादंबरीचे कथानक माझ्या मनात घोळू लागेल. मग त्या स्वप्नसृष्टीत रमू लागलेले माझे मन हे जुने कथानक केव्हा एकदा हातावेगळे होते, याविषयी उत्सुक होईल. मनुष्य स्वप्नांवर जगतो, हे टोलरचे सुभाषित अत्यंत अर्थपूर्ण आहे, यात शंका नाही; पण त्यात आणखी दोन शब्द अवश्य घातले पाहिजेत, असे मला वाटते... मनुष्य नेहमी 'नव्या' स्वप्नांवर जगतो.

१९५२

■

सहज भेटायला आलेल्या एका साहित्यप्रेमी तरुणाने बिचकत बिचकत मला प्रश्न केला,

'एक खासगी गोष्ट विचारायची आहे. विचारू का?'

अशा वेळी लेखकाची मोठी पंचाईत होते. खासगी या सदराखाली हा महात्मा आपल्याला काय पृच्छा करणार आहे, याची त्याला काही केल्या कल्पना करता येत नाही. त्याच्या नुकत्याच प्रसिद्ध झालेल्या कादंबरीत दारूच्या अनर्थाचे साग्रसंगीत वर्णन आलेले असते. जिज्ञासूने त्याविषयीच काही प्रश्न केला तर? इतके वास्तव वर्णन तुम्हाला कसे करता आले? असा सभ्य अथवा या चित्रणाकरिता तुम्ही किती गुत्त्यांमध्ये गेला होता? असा असभ्य प्रश्न त्याने केला तर त्याला काय उत्तर द्यायचे?

असे काही कुणी विचारले, की मला हटकून हरिभाऊ आपट्यांची आठवण होते. विशीच्या आतबाहेरच त्यांनी 'मधली स्थिती' ही पहिली कादंबरी लिहिली. तिच्यात कथेच्या अनुरोधाने एका वारयोषितेचे आणि तिच्या खोलीचे सूक्ष्म वर्णन केले आहे. ते वाचून आपला पुतण्या बिघडला, अशी त्यांच्या चुलत्यांची समजूत झाली आणि मग...

'विचारू का?' त्या तरुणाने पुन्हा प्रश्न केला.

तुकारामाइतका व्यवहारात उपयोगी पडणारा दुसरा कवी नाही. 'आलिया भोगासी असावे सादर' असा विचार करीत मी मान डोलावली.

'माझं लग्न ठरतंय! पण संसारात सुख अधिक आहे, की दु:ख अधिक आहे, हे...'

मी हसलो. केवळ त्याचा हा प्रश्नच ऐकून नव्हे, तर तो ऐकल्याबरोबर 'सौभद्रा'तल्या बळीरामाची आठवण होऊन 'कोण आहे रे तिकडं? माझ्या संन्यासाची तयारी करा.' असे मला एकदम ओरडून म्हणावेसे वाटले, म्हणून!

तो पोरगेला तरुण निघून गेल्यावर मी त्याच्या प्रश्नाविषयी विचार करू

संसार

/१२/

लागलो. मग मात्र बाह्यत: दिसतो तितका तो हास्यास्पद नाही, अशी माझी खात्री झाली. माझे लग्न होऊन आता वीस वर्षे लोटली आहेत, पण एकेकाळच्या आपल्या ध्येयवादाप्रमाणे... जगात अकाली मृत्यू पावणारी ध्येयेच फार असतात... आपण अविवाहित राहिलो असतो, तर सध्यापेक्षा अधिक सुखी झालो असतो की, दु:खी झालो असतो, याचा मला अजूनही एखादे वेळी नीटसा उलगडा होत नाही. लग्न हे कधीही न सुटणारे कोडे आहे की काय, कुणाला ठाऊक!

हा एकच अनुभव पाहा. मोठ्या कष्टाने मन एकाग्र करून मी लिहायला बसतो न बसतो, तोच मुले दंगा करून घर डोक्यावर घेऊ लागतात. चुलीपेक्षा विडीचीच अधिक एकनिष्ठेने आराधना करणाऱ्या आचारीबुवांना बायको फैलावर घेते आणि मग मी कपाळाला हात लावून म्हणतो,

'छे! ब्रह्मचाऱ्यासारखा जगात दुसरा सुखी प्राणी नसेल.'

...पण लगेच लग्नाची बेडी पायात अडकवून न घेणाऱ्या अनेक लोकांची भकास आयुष्ये आणि उदास मने माझ्या डोळ्यांपुढे उभी राहतात. मग मनात येते... जन्माला येऊन आपण शहाणपणाची अशी फक्त एकच गोष्ट केली, ती म्हणजे लग्न! आपण विवाहित आहोत, म्हणूनच या नियंत्रणाच्या काळात आपल्याला सुग्रास अन्न मिळत आहे. आपण ब्रह्मचारी राहिलो असतो, तर दररोज सकाळ-संध्याकाळ खाणावळीत सरकारच्या नावाने खडे फोडण्याखेरीज आपल्या हातून दुसरे कुठलेही काम झाले नसते.

केवळ दोन्ही वेळ जेवतानाच नव्हे, तर दिवसाकाठी आणखी चार-दोन वेळा तरी लग्नाचे फायदे मला विशेष जाणवतात. दिवाळीचे 'पोस्त' घेऊन पुन्हा शिमग्याला दत्त म्हणून दारात उभ्या राहणाऱ्या माणसांची बोळवण करायचे काम काय साधे आहे म्हणता? छे! रोमेलसारख्या सेनापतीचा पराभव करण्याइतकेच ते बिकट आहे! उभ्या जन्मात मी न घातलेला रेशमी शर्ट पेहरून, ऐटीने मदत मागायला आलेल्या गरीब विद्यार्थ्याला चार गोष्टी सुनावणे, हे हजार-दोन हजार लोकांपुढे वाङ्मयावर दोन तास बडबडण्यापेक्षा किती अवघड आहे, याची मला पूर्ण कल्पना आहे. स्त्री ही स्वभावत: व्यवहारी आहे, असे शॉ म्हणतो, हे अशा वेळी मला पूर्णपणे पटते. पती हा संसाररथातला धनुर्धर वीर असून, पत्नी त्याची सारथी आहे, ही कल्पना प्राचीन असली तरी तिच्यातला आशय काही अजून शिळा झालेला नाही. नव्या धर्तीची कविता वाचून आधुनिक बनलेल्या रसिकांना या परिभाषेत तो कदाचित पटणार नाही. म्हणून त्यांच्या समाधानाकरिता त्या कल्पनेची सुधारून वाढविलेली आवृत्ती मी सादर करतो...

'पुरुष हे संसाराच्या मोडक्या खटाऱ्याचे चाक असून, स्त्री हे त्या चाकाचे वंगण आहे!'

अनेक सुशिक्षित स्त्रियांना माझी ही तेलकट कल्पना आवडणार नाही, हे मी जाणून आहे. त्या तावातावाने म्हणतील,

'हा समान हक्कांचा काळ आहे. पुरुष हे जर संसाराच्या मोडक्या खटाऱ्याचं चाक आहे, तर स्त्री हेही त्याचं चाकच असलं पाहिजे!'

मला वाटते, गुद्यास गुद्दा अशा थाटाच्या या तत्त्वज्ञानामुळेच संसारात सुखापेक्षा दु:ख अधिक असावे, असा अलीकडल्या तरुणांना संशय येऊ लागला आहे. मात्र आधुनिक स्त्रीच्या या अंधळ्या हट्टाची मी थट्टा करू इच्छीत नाही. जीवनाची यथार्थ कल्पना असूनही मोठमोठ्या कवींनी शतकानुशतके तिची अखंड निंदा केल्यामुळे ती चिडून गेली आहे. उदाहरणार्थ, हा व्हिक्टर ह्यूगो पाहा. 'ला मिझराब्ल' या सहृदयतेने काठोकाठ भरलेल्या सुंदर कादंबरीचा जनक! गुन्हेगाराच्या अंत:करणातही देव असू शकतो, तो जागृत होऊ शकतो, असा विश्वास बाळगणारा थोर ग्रंथकार; पण एके ठिकाणी स्वारी बायकांविषयी काय म्हणते, ते पाहिलंत का? तो उद्‌गारतो, 'पुरुष ही बायकांची खेळणी होत आणि बायका? ती सैतानाची खेळणी आहेत.' ह्यूगोच्याही मागच्या काळात जाऊन ॲरिस्टोफेन्स या ग्रीक नाटककाराचे मत विचारा. तो म्हणतो, 'या जगात स्त्रीपेक्षा अधिक भयंकर अशी गोष्टच नाही. छे, थोडासा चुकलो हं मी! एका स्त्रीपेक्षा दुसरी स्त्री अधिक भयंकर असू शकते.' हे प्राचीन साहित्यिक सोडून, अगदी आधुनिक अशा पंडितांकडे वळले तरी बायकांच्या बाबतीत, त्यांच्या मतांत काही फरक पडलेला दिसत नाही. मानसशास्त्राचा प्राध्यापक असलेला एक अमेरिकन विद्वान म्हणतो, 'स्त्रिया आणि पुरुष यांच्या कामांची वाटणी फार प्राचीन काळापासून झाली आहे. तिच्यात बदल होणे शक्य नाही. मर मर मरून पैसा मिळविणे हे जसे पुरुषाचे कर्तव्य, तसा तो झरझर खर्च करणे हे स्त्रीचे काम आहे.'

असल्या कोपरखळ्या आजपर्यंत स्त्रीलाच अधिक मिळत आल्या आहेत, हे खरे आहे. असे होण्याचे कारण मात्र काही मोठे गहन नाही. परवापरवापर्यंत वाङ्‌मयनिर्मितीचा सारा मक्ता पुरुषांकडेच होता. त्यामुळे त्यांनी केलेले स्त्री-स्वभावाचे वर्णन हे माणसाने काढलेल्या सिंहाच्या चित्रासारखे झाले आहे. या चित्रात मनुष्य मोठ्या ऐटीने त्या वनराजाच्या पाठीवर आरूढ झालेला दिसला नसता, तरच मला नवल वाटले असते. पण एक गोष्ट निश्चित आहे, प्राचीन काळी सर्वत्र मातृसत्ताक समाजपद्धती रूढ झाली असती, तर स्त्रीने समरांगणावर रणशिंग फुंकावे आणि पुरुषाने घरी चूल फुंकावी, अशी कार्यविभागणी होणे काही अशक्य नव्हते. तसे झाले असते, म्हणजे तिकडल्या स्वाऱ्यांची कचेऱ्यातून परत यायची वेळ होताच शेगडीवर चहाचे आधण ठेवून पुरुषमंडळी दारात 'त्यां'ची वाट पाहत उभी राहिली असती. पत्नीदेवतेला अष्टौप्रहर प्रसन्न ठेवण्याकरिता प्रत्येक पुरुषाने सध्यापेक्षा दसपट नट्टापट्टा केला असता, कदाचित तासातासाला तो दाढी करीत

बसला असता. अशा समाजस्थितीत साक्षर पुरुष मिळणे मोठी मुश्किलीची बाब झाली असती. साहजिकच, प्रतिभाशाली साहित्य प्रसविण्याचे काम स्त्रियांनाच करावे लागले असते आणि मग आजच्या वाचकाला अशी फर्मास पुरुषनिंदा वाचायला मिळाली असती... सिंहाने माणसाचे चित्र काढल्यावर त्यात त्याने मनुष्याला पंजाच्या पहिल्याच तडाख्याने जमिनीवर लोळविल्याचे दृश्य दिसावे, हे क्रमप्राप्तच आहे.

पण ही दोन्ही चित्रे... त्यातल्या आकृत्या कितीही सफाईदार असोत... खोटी आहेत, असे मला वाटते. संसार करण्याकरिता एकत्र येणाऱ्या स्त्री-पुरुषांत एक प्रकारचा अंतर्गत विरोध असतो, ही कल्पनाच किती हास्यास्पद आहे! असला संसार करण्यापेक्षा माणसाने सर्कशीत गेलेले बरे! संसार म्हणजे सिंह आणि मनुष्य यांची युती आहे, असे अट्टाहासाने म्हणणाऱ्या लोकांना मी सांगेन,

'मित्रहो, तुमच्या समाधानाकरिता मी तुमचं म्हणणं, हवं तर मान्य करतो, पण तुमच्या संसारकथेत एक सिंह आणि एक मनुष्य असला तरी ती अँड्रोक्लिसची गोष्ट आहे, हे कृपा करून विसरू नका. वनवासात एखाद्या संताला शोभेल, अशा भूतदयेने जखमी सिंहाची अँड्रोक्लिसने शुश्रूषा केली आणि त्या कृतज्ञ प्राण्यानेही पुढे वेळ आली, तेव्हा आपल्या उपकारकर्त्यावर झडप घालण्याऐवजी त्याचे पाय चाटण्यात धन्यता मानली.'

अँड्रोक्लिसची ही गोष्ट माझ्या लहाणपणीच्या क्रमिक पुस्तकात होती. त्यावेळी तिचा हा अर्थ मला कळला नव्हता. आता मात्र तो अनेकदा अस्फुटपणे जाणवतो. एखाद्या विचित्र किंवा विषण्ण क्षणी त्याचा विशाल आशय माझ्या मनाला मोठा धीर देतो. मग मला वाटते, संसारात सुख अधिक की दुःख अधिक, असा प्रश्न करणे हेच मुळी अरसिकपणाचे नाही काय? या विसाव्या शतकात -त्यातही गेल्या दहा वर्षांत- आपण प्रत्येक गोष्टीकडे, मग ते काव्य का असेना बाजारी दृष्टीने पाहू लागलो आहोत. त्याचा तर परिणाम नसेल ना?

प्राचीन काळी एखादा कवी वर्षानुवर्षे आपली प्रतिभा फुलवीत बसे, तेव्हा कुठे त्याच्या मनासारखी कलाकृती निर्माण होई. ग्रे कवीचे स्मशानगीत (Elegy Written in a Country Churchyard) हे काही प्रदीर्घ महाकाव्य नाही, पण ते मनासारखे पुरे करायला त्याला तप-दीड तप लागले. आताच्या कवीला ही दीर्घ तपस्या कोणत्याच दृष्टीने परवडत नाही. स्तंभाची लांबी-रुंदी फूटपट्टीने मोजून संपादक त्याच्या 'उर्वशी' किंवा 'नवी क्षितिजे' या कवितेची किंमत ठरविणार. फार फार तर आपण माळणीकडून भाजी एकदम खंडून घेतो, त्याप्रमाणे छोट्यामोठ्या कवितेला ते महाशय सरसकट पाच अथवा दहा रुपये देणार. भोज आणि विक्रम यांचे युग संपले आहे, हे लक्षात घेऊनच कवीने आता आपल्या कलेची उपासना केली पाहिजे. बिचाऱ्याला दुःखात सुख एकच आहे. ते म्हणजे जीवनाच्या इतर अनेक उपासकांनाही

त्याच्या पंक्तीत येऊन बसावे लागत आहे, हे होय. त्याच्या उजव्या बाजूला शिक्षक ज्ञानाची पाटी घेऊन बसला आहे, डाव्या बाजूला वैद्यराजांच्या बाटल्यांचा पेटारा आहे...

त्या तरुणाने मला विचारलेल्या प्रश्नाच्या मुळाशी केवळ अज्ञाताविषयीची कल्पनारम्य भीती होती, की जीवनातले काव्य पदोपदी पायदळी तुडविणारी, उदात्ततेविषयी दिवसेंदिवस अश्रद्ध होत जाणारी या शतकातली नवी बाजारी मनोवृत्ती होती?

कुणाला ठाऊक! मी मात्र संसाराकडे त्या दृष्टीने फार वेळ पाहू शकत नाही. एखाद्या लग्नाला जातो, तेव्हा इतरांप्रमाणे भसाड्या आवाजातली भिक्षुकांची मंगलाष्टके ऐकतो आणि मधूनमधून हातातल्या अक्षता वधूवरांच्या रोखाने फेकतो पण त्या वेळी माझ्या डोळ्यापुढून फार निराळी चित्रे नाचत जात असतात. मी एका अथांग दर्याच्या किनाऱ्यावर उभा आहे, असा मला भास होतो. त्या दर्यावर मस्त एडक्यांप्रमाणे उंच उंच लाटा पुन:पुन्हा उसळी घेऊन एकमेकांशी टक्कर घेत असतात. समोर जिकडे पाहावे तिकडे पाणीच पाणी दिसते, पण ते नुकतेच लग्न झालेले जोडपे हसतमुखाने एका शृंगारलेल्या होडीत चढते. त्यांना प्रणयक्रीडेसाठी काव्यमय एकान्त हवा असतो. बेदरकारपणाने ती दोघे होडी वल्हवू लागतात. हा हा म्हणता ती होडी अदृश्य होते.

थोड्या वेळाने ती होडी मला पुन्हा दिसू लागते, पण तिला आता नव्या वस्त्राची कळा नसते. ती एखाद्या लक्तरासारखी वाटते. निबिड अरण्यातून जाणाऱ्या प्रवाशावर हिंस्र पशूंनी जबडे उघडून धावावे, त्याप्रमाणे लाटा तिच्यावर झडप घालीत असतात. ती बुडू नये म्हणून होडीत बसलेली जोडी पराकाष्ठेचे प्रयत्न करीत असलेली दिसते. आता त्या दोघांच्या मुद्रांवर यौवनाचा उन्माद नाही. तिथे प्रौढपणीचे गांभीर्य आले आहे. दोघेही वल्हवून दमली आहेत. मधेच चिडून 'तुझ्यासाठी मला या होडीत यावे लागले' असे कुणीतरी कुणाला म्हणत आहे, पण लगेच ते उद्‌गार काढणारी व्यक्ती दुप्पट जोराने आपले वल्हे मारीत आहे. पुन्हा एकदा ती होडी फुटणाऱ्या लाटांच्या तुषारांनी निर्माण केलेल्या धुक्यात दिसेनाशी होते.

थोड्या वेळाने मी पाहतो, तो समुद्राचा पैलतीर दिसू लागतो. होडी मात्र कुठंच दिसत नाही. ती दोघे एका फुटक्या फळीच्या आधाराने पाण्यात तरंगत असलेली दिसतात. तो तिला म्हणतो,

'मला थोडं पोहता येतं. मला काही या फळीची जरुरी नाही. हिच्यावर रेलून तू सहज किनारा गाठू शकशील.'

ती उत्तरते,

'अंऽहंऽऽ तुम्हाला पोहता येत असलं तरी तुम्ही फार थकला आहात. मघाशी होडी एकदम फुटली, तेव्हा मी पाण्यात बुडू लागले. मला वर काढता-काढता तुम्हीच खाली जाता की काय, असं एकसारखं भय वाटत होतं मला! या फळीला आपल्या दोघांचा भार सोसत नसला तर मी ती सोडून देईन, पण तुम्ही मात्र...'

ज्याला आपण संसार म्हणतो, तो असा आहे. तो बाह्यत: भोगाने घडविलेला असला, तरी त्याचा आत्मा त्यागाचा आहे. म्हणूनच आपण निष्कलंक आहोत. हे ठाऊक असूनही परित्यक्त सीतेला रामचंद्राचा राग येत नाही आणि तोंडाळ जिजाईला कंटाळून अंगाला राख फासण्याचा विचारही तुकारामाच्या मनाला कधी स्पर्श करीत नाही. लग्न होईपर्यंत मनुष्य स्वत:साठी जगत असतो, पण लग्न होताच तो स्वत:प्रमाणेच दुसऱ्यासाठीही जगू लागतो. पतिपत्नी एकमेकांचा हात धरून एका नव्या अद्‌भुत जगात प्रवेश करीत असतात. या जगात एकाच्या दु:खावर दुसरा आपले सुख शिजवू शकत नाही आणि चुकून त्याने ते शिजविले, तरी त्या अन्नाचा घास गिळताना त्याच्या घशात घुटमळू लागतो. संसार हा दोन नद्यांचा संगम आहे, जिथे पृथ्वी आणि आकाश यांचे मीलन होते, असे ते क्षितिज आहे, इत्यादी काव्यमय कल्पना केवळ दंतकथा नाहीत पण धुळीने भरलेल्या, धुराने कोंदटलेल्या आणि यंत्रांनी गजबजलेल्या अलीकडच्या शहरातल्या माणसांना त्या पटणे कठीण आहे. त्या बिचाऱ्यांनी बापजन्मात जिथे एक नदीसुद्धा डोळे भरून पाहिलेली नसते, तिथे संगमाच्या भव्य दृश्याची कल्पना त्यांना कुठून येणार? सारे आयुष्य खुराड्यात काढावे लागणाऱ्या माणसांना क्षितिजाचे दर्शन कधी काळी झाले, तर ते काव्याच्या पुस्तकातच व्हायचे. पण अशा लोकांनाही संसारात दु:खापेक्षा सुख अधिक आहे, हे अगदी गणिताने सिद्ध करून दाखविता येईल. संसार म्हणजे दुसरे-तिसरे काही नाही. ती दोन माणसांच्या सुखांची बेरीज आणि दु:खांची वजाबाकी आहे.

किती साधे सत्य आहे हे! पण ते काही मला प्रश्न विचारणाऱ्या त्या तरुणाच्या लक्षात येऊ शकले नव्हते.

असे का व्हावे?

मला वाटते, नवेपणाच्या नादाने आपण काही जुन्या चांगल्या गोष्टी नकळत सोडून देत असतो. लग्नाच्या बाबतीतही आपली हीच चूक होत आहे. नोंदणीविवाह रूढ झाल्यामुळे लाजाहोम, सप्तपदी, नक्षत्रदर्शन इत्यादी धार्मिक कृत्यांप्रमाणे विड्या तोडणे, सुपारी लपविणे, एकत्र न्हाणे वगैरे व्यावहारिक चालींनाही आपल्याकडे फाटा मिळाला आहे; पण त्यातल्या एका चालीचे पुनरुज्जीवन होणे आवश्यक आहे. ती म्हणजे वधूवरांनी एका ताटात जेवायला बसून एकमेकांना घास देणे, ही होय. तो घास हे प्रीतीचे प्रतीक आहे. संसाराचे सारे रहस्य त्या एका घासात साठविलेले आहे. तो तरुण पुन्हा मला भेटला, की संशयनिवृत्तीकरिता त्याला मी हाच तोडगा सांगणार आहे.

१९४९

■

काही काही वेळा असे होते खरे माणसाला! निदान मला तरी होते. उगीचच मनावर उदासीनपणाची छाया पसरू लागते. ती कुठून येते, हे मात्र कळत नाही. बालकवी ठोंबरे यांनी अशा मन:स्थितीचे मोठे सूक्ष्म आणि सुंदर वर्णन केले आहे. त्यांचे मन अतिशय कोमल होते. पहाट हसली, की त्यांच्या मुखावर स्मित चमकत असे. चंद्र ढगाआड गेला, की ते कविमन कावरेबावरे होऊन जाई. ब्रह्मदेवाने जाईजुईच्या फुलांनी ते हृदय घडविले होते. साहजिकच लहानसहान कारणाने ते कोमेजून जाई.

माझी गोष्ट तशी काही नाही. मी एक सामान्य संसारी माणूस आहे... नाकासमोर चालणारा! संसार म्हणजे धक्के देणे आणि धक्के खाणे, हे मला मान्य आहे. त्यातला खाण्याचा भाग माझ्या वाट्याला जरा अधिक प्रमाणात आला आहे, ही गोष्ट निराळी! त्याचे काही मी उठल्यासुटल्या दु:ख करीत बसत नाही. मला फुरसे चावल्याला वीस वर्षे झाली, तरी त्यावेळची एक आठवण अजून कायम आहे. माझा पाय बधिर झाला होता - अगदी गुडघ्यापर्यंत! मनाला मात्र त्या बधिरतेचा स्पर्श जाणवत नव्हता. चार लोकांच्या मदतीने मी कसाबसा घरी येऊन पोहोचलो. बायकोने घाबऱ्या-घुबऱ्या विचारले,

"काय झालं?"

मी हसत उत्तरलो,

"काही नाही. विंचू चावलाय. जरा मोठा विंचू असावा."

एवढा धीर अंगी असूनही माझे मन अधूनमधून अचानक उदासीन होते. काही वाचू नये, काही लिहू नये, कुणाशी बोलू नये... किंबहुना कसलाही विचार करू नये, असे मला वाटू लागते. सापळ्यात सापडलेल्या उंदरासारखी मनाची घालमेल सुरू होते. जगातल्या या टिकटिकणाऱ्या घड्याळातली सारी यंत्रे एकदम बंद पडली तर बरे होईल, अशी विचित्र कल्पना मनात घुमू लागते.

स्टेशन

/१३/

आजही तसेच झाले. तसे पाहिले, तर सकाळपासून माझे काही म्हटल्या काही बिनसले नव्हते. चांगला तीन-चार वेळा मी चहा घेतला. प्रत्येक वेळी तो मनासारखा झाला होता. सकाळी फिरायला गेलो, तेव्हा एक चांगली कथा सुचली. कितीतरी वेळ मनातल्या मनात ती फुलत होती. आता दोन-तीन दिवस त्या कथेशी खेळण्यात.. या नव्या फुग्यात पुन:पुन्हा हवा भरून त्याला निरनिराळे आकार देण्यात... मोठ्या मजेत जातील, असे मी स्वत:च्या मनाला सांगत होतो. सुदैवाने कुठल्याही सत्काराचे किंवा उद्घाटनाचे चालक आज घरी उगवले नव्हते. सकाळपासून सारे कसे सुतासारखे सरळ चालले होते, पण जेवण झाल्यावर पडल्या-पडल्या मी एक नवी इंग्रजी कादंबरी वाचू लागलो. मनुष्य हा स्वभावत:च पशू आहे, हे तिचे मुख्य सूत्र होते. आणखी पन्नास वर्षांनी हे पशुत्व किती भयंकर रीतीने प्रकट होईल, याचे चित्र त्या कादंबरीत लेखकाने रेखाटले होते.

ती वाचता-वाचता माझा डोळा लागला. झोपेत मी त्या कादंबरीचाच विचार करीत होतो की काय, कुणास ठाऊक; पण मी एकदम दचकून जागा झालो. बेचैन मनाने उठलो. माझ्या मनातला सारा उल्हास मावळून गेला आहे, असे मला वाटले. तिसऱ्या प्रहरच्या चहाने बरे वाटेल, म्हणून मी तो जरा आधीच घेतला; पण मन तसेच उदास राहिले.

मी टोपी घातली आणि बाहेर पडलो. बाहेर ऊन रणरणत होते. मनाच्या तापापेक्षा हा ताप बरा, असे पुटपुटत मी झपझप चालू लागलो. कोपऱ्यावरून मी पुढे वळणार, इतक्यात मागून कुणीतरी मोठ्याने प्रश्न केला,

"एवढ्या उन्हाचे कुठं चाललात?"

मी थबकलो, वळून पाहिले. चिंतोपंतच होते ते!

मी त्यांना उलट प्रश्न केला,

"एवढ्या उन्हाचे तुम्ही कुठं निघालात?"

"म्युनिसिपालिटीत."

मी त्यांच्याकडे पाहतच राहिलो.

"अहो, घरात उंदीर फार झाले आहेत. आमची ही दररोज सकाळी सापळ्याची आठवण करते. पण एकदा लायब्ररीत जाऊन बसलो आणि मोलोटोव, आयसेन-हॉवर, कोरिया नि बेरिया यांच्याशी गोष्टी करू लागलो, की घरात उंदीर फार झाले आहेत हे लक्षातच राहत नाही माझ्या."

चिंतोपंतांनी कुठलेही पुराण चालू केले, तरी त्याला हा हा म्हणता महाभारताचे स्वरूप येते, असा माझा कैक वर्षांचा अनुभव होता. म्हणून मी मधेच हसत म्हणालो,

"पंत, साऱ्या जगातच उंदरांचा सुळसुळाट झालाय!"

माझ्याकडे गंभीरपणाने पाहत चिंतोपंत उद्गारले,

"म्हणजे? तुम्ही म्युनिसिपालिटीतच चालला आहात की काय?"

मला हसू आवरेना. कालिदासाने दुष्यंताच्या तोंडी 'कामी स्वतां पश्यति' असे मोठे अर्थपूर्ण उद्गार घातले आहेत. प्रेमात पडलेला मनुष्य जिथे तिथे आपल्या मनाचेच प्रतिबिंब पाहतो, असे दुष्यंत म्हणतो. त्यात नवल असे काय आहे? हरएक बाबतीत मनुष्य हेच करीत असतो. त्याच्या दृष्टीने जग हा मोठा सुंदर नक्षीदार बिलोरी आरसा आहे. माणसाला आपल्या प्रतिबिंबाचे पावलोपावली कौतुक करता यावे, म्हणून परमेश्वराने तो निर्माण केला आहे.

चिंतोपंतांच्या उंदरांच्या तडाख्यात सापडून माझा निभाव लागला नसता. मी लगबगीने उद्गारलो,

"स्टेशनवर चाललोय मी!"

"कुणी पाहुणेबिहुणे..."

"अंऽहं!"

"मग?"

"असाच चाललो... सहज फिरायला..."

"फिरायला? असल्या उन्हातून... आणि स्टेशनवर?" तोंडाचा चंबू करून चिंतोपंत माझ्याकडे पाहू लागले. जणू काही मी मंगळावर जायला निघालो आहे, असेच त्यांना वाटत असावे.

एकट्या चिंतोपंतांचीच गोष्ट कशाला हवी? अनेकदा असा अवेळी मी स्टेशनवर गेलो आहे. पहिल्यापहिल्यांदा कुणी ओळखीचा भेटला आणि 'काय, या वेळी इकडे कुठं?' असा त्याने प्रश्न केला की मी सरळपणाने सांगून टाकीत असे, 'घरी करमेना, म्हणून आलो फिरायला, झालं!' लवकरच एक गोष्ट माझ्या लक्षात आली. 'सत्य सदा बोलावे' हा उपदेश पुस्तकात- त्यातल्या त्यात पोथ्यापुराणात- शोभून दिसतो, पण व्यवहारात मात्र तो माणसाला वेड्यांच्या इस्पितळाची वाट दाखवितो. माझे ते उत्तर ऐकून प्रत्येक श्रोता मोठी चमत्कारिक मुद्रा करी. त्याला वाटे, या गृहस्थाला वेडबीड तर नाही ना लागले? माणसे काय भर उन्हात कपाळावरला घाम पुशीत आणि हाशहुश करीत फिरायला जातात? इकडे उषादेवी सूर्यनारायणाला पाहून लाजली आहे किंवा तिकडे रविराज संध्याराणीच्या महालात शिरले आहेत, असे काही फिरायला जायच्या वेळी हवे की नको? आणि फिरायला जायचे, ते काय स्टेशनावर? शहाणा मनुष्य स्टेशनच्या बाजूला जातो तो फक्त प्रवासाच्या वेळी! फिरायला जायचे, तर गावात सार्वजनिक बागा आहेत, गावाबाहेर तलाव आहेत, टेकड्या आहेत. त्या साऱ्या जागा सोडून...

मन उदास झाले, की या साऱ्या जागा टाळून मुद्दाम मी स्टेशनावर जातो. एक

तर गावातल्या सार्वजनिक बागा मला बिलकूल आवडत नाहीत. 'पार्क', 'उद्यान' अशी नावे या बागांना असली, तरी कोशातल्या त्या शब्दांच्या अर्थाशी त्यांचा काही संबंध नसतो. त्या टीचभर जागा पाहून खानावळीतल्या तुपाची आठवण होते मला. बागेत बसायला येणाऱ्या लोकांनी फुले चोरून नेऊ नयेत, म्हणून सुवासिक फुलझाडे तिथे सहसा लावीतच नाहीत. नुसती शोभेची फुलझाडे पाहून माझ्या मनाचा नेहमी विरस होतो. मनात कोणताही कोमल भाव नसताना शिष्टाचार म्हणून तोंडाचा चंबू किंवा कमरेचा काटकोन करणाऱ्या माणसासारखी वाटतात ती मला! असल्या दिखाऊ फुलझाडांमुळे लोकांची नीतिमत्ता शाबूत राहत असेल, पण मनाचा उदासपणा नाहीसा करणारी धुंदी काही तिथे मला मिळत नाही.

टेकडीवर किंवा तलावावर एकट्यानेच रमतगमत फिरण्याचा आनंद मी वारंवार मनसोक्त लुटतो, पण उदास मनाची काजळी झाडून टाकायचे सामर्थ्य निसर्गसौंदर्यात नसते, असा माझा अनुभव आहे. सृष्टी माणसाची दासी होऊ शकते, पण ती त्याची मैत्रीण बनू शकत नाही. प्रसन्न मन:स्थितीत मी तलावाच्या काठी जाऊन बसतो. जलपृष्ठावरले नाजूक तरंग पाहून माझ्या मनात येते, या खोल पाण्यात सुंदर मत्स्यकन्या राहत असाव्यात. त्या हसत-नाचत खेळू लागल्या, की त्यांच्या गालांवर पडणाऱ्या खळ्या हे पाणी हळूच टिपून घेऊन वर उधळून देत असतील. पण उदास मनाने मी तलावाकडे गेलो, की तेच तरंग पाहून माझ्या मनाचा थरकाप होतो. वाटते, कुठल्या तरी भयंकर रहस्यावर पडलेला पडदा हळूहळू दूर होत आहे. काल-परवा कुणातरी दुर्दैवी जिवाने या तलावाचा आश्रय घेऊन आपल्या दु:खाचा शेवट केला असेल. तलावाच्या तळाशी गेलेल्या त्या प्रेताचे प्रदर्शन करण्याकरिता तर पाण्याचा हा पडदा असा फडफडत नसेल ना?

टेकडीवरही असाच अनुभव येतो मला! मन स्वस्थ नसले, की भोवतालचे उजाड उंचवटे संन्याशासारखे भासतात. सर्वसंगपरित्याग करून ते गावाबाहेर राहिले आहेत, अशी कल्पना मनात येते. मग शेजारच्या माळरानावरून घुमत येणारा वारा स्वत:शीच बडबडत जाणाऱ्या वेड्याची मला आठवण करून देतो. अशा स्थितीत अंधार पडू लागला, म्हणजे कुठल्या तरी महानदीच्या खोल खोल डोहात आपण बुडत आहोत, असे वाटते. मन गुदमरून जाते.

म्हणूनच अशा वेळी एरवी रम्य वाटणारी सारी स्थाने सोडून माझी पावले स्टेशनाकडे वळतात. मनाचे कोमेजलेले फूल तिथे हा हा म्हणता ताजेतवाने बनते, अगदी भर दुपारी... उन्हाच्या कडाक्यातसुद्धा!

स्टेशनावर फुलझाडे नसतात, सृष्टिसौंदर्य नसते, काही नसते. तिथल्या कुठल्याही गोष्टींचे काव्याशी दूरचेसुद्धा नाते नसते. पण जीवनाकडे पाठ फिरवून पळून जाऊ पाहणाऱ्या माझ्या मनाला स्टेशन धीर देते. दोन आण्यांचे फलाटाचे

तिकीट काढून मी आत जातो. दोन तासांनी मी बाहेर पडतो, तेव्हा पाच रुपयांचे तिकीट काढून पाहिलेल्या सुंदर नाटकापेक्षाही अधिक खोल, जीवनाशी अधिक जवळचे नाते असलेले असे काहीतरी आपण पाहून आलो आहोत, याची जाणीव मला होते.

आजही असेच झाले. रस्त्यावरल्या फाटकातून आगगाडीचे रूळ मी ओलांडू लागलो. ते रूळ म्हणजे कुठल्या तरी निराळ्याच जगाच्या सरहद्दी आहेत, असे वाटून मी कौतुकाने त्यांच्याकडे पाहत थांबलो. एका लेखकाला हे रूळ पाहून तरुणीने पाठीवर सोडलेल्या दोन वेण्यांची आठवण झाल्याचे मला ठाऊक आहे. पण वळणे घेत-घेत क्षितिजाकडे धावत जाणाऱ्या त्या रुळांकडे पाहून माझ्या मनात आले, निष्ठुर निसर्गावर विजय मिळविणाऱ्या मानवतेचे हे दोन प्रेमळ बाहू आहेत. सारे जग कवटाळण्याकरिता तिने ते मोठ्या प्रेमाने पसरले आहेत. अन्नाची, औषधांची, नवनव्या कल्पनांची आणि विचारांची देवाण-घेवाण करणारे हे जगन्मातेचे हात आहेत. त्यांनी दुष्काळात लाखो लोकांचे प्राण वाचविले आहेत. मृत्युशय्येवरच्या मातेची मुलाला भेटण्याची इच्छा तृप्त केली आहे. बोगद्यातून, अरण्यातून, दऱ्यातून, डोंगरावरून दुथडी भरून वाहणाऱ्या नद्या ओलांडून अष्टौप्रहर मायेने फिरणाऱ्या त्या हाताकडे कितीही पाहिले, तरी माझे समाधान होईना.

स्टेशनात शिरून मी एका बाजूच्या बाकावर टेकलो. गाडी यायला अजून थोडा वेळ होता. पलीकडेच एक म्हातारा हमाल सावलीत हातावर हनुवटी टेकून विचार करीत बसला होता. त्याचा तो राकट सुरकुतलेला चेहरा चिंतन करताना मोठा सुंदर दिसत होता. त्याच त्या गुलगुलीत चेहऱ्याच्या तिरंगी तरुणीपेक्षा याचे चित्र मासिकाच्या मुखपृष्ठावर कुणी का काढीत नाही, हे कोडे मला उलगडेना. त्या राकट चेहऱ्यावर आयुष्यभर त्याने केलेली झुंज किती विविध रेषांच्या रूपाने प्रकट झाली होती! छे, त्या रेषा नव्हत्या; शूर शिपायाच्या अंगावरल्या जखमांचे व्रण होते ते!

नऊ-दहा वर्षांचा किडकिडीत मुलगा स्थानिक दैनिकाचा अंक घेऊन माझ्याकडे आला. तो अंक मी सकाळीच वाचला होता... त्यात वाचण्यासारखे काही नसूनही! पण मी तो विकत घेतला. अनपेक्षित रीतीने आपला अंक खपला, आपल्याला एक पैसा मिळाला, या भावनेने त्या बालजीवाला वाटलेले क्षणिक समाधान त्याच्या ओठांवर उमटले. चार पैशांत फार मोलाची वस्तू मला मिळाली. मी अंक घेतलेला पाहून सोडा-लेमनचा पुकारा करीत दुसरा मुलगा माझ्यापाशी आला. प्रवासाशिवाय हॉटेलात किंवा सार्वजनिक जागी खाणेपिणे मला आवडत नाही, पण मी त्याचे लेमन विकत घेतले. बाटली शिळीच होती, पण तिची गोडी आज मला अधिक वाटली.

इतक्यात गाडीची घंटा घणघणली. डुलक्या घेणारे, इकडेतिकडे रेंगाळणारे, पानतंबाखू खाणारे, गप्पागोष्टी करणारे... सारे उतारू एकदम उठले. जणू काही तो घंटानाद एखाद्या मोठ्या देवळातला होता. तो ऐकताच सारे भक्त गोळा होत होते.

मी त्या म्हाताऱ्या हमालाकडे पाहिले. त्याचा चेहरा आता मघापेक्षा तरुण दिसू लागला होता. गाडी स्टेशनात येत होती. कदाचित आपल्याला आता खूप हमाली मिळेल, मग संध्याकाळी आपण घरी बायकोला हवे असलेले औषध घेऊन जाऊ, अशी आशा त्याच्या मनात निर्माण झाली असावी. कुणी सांगावे?

धापा टाकीत गाडी आली, थांबली. रहाटगाडग्याच्या वर येणाऱ्या पोहऱ्यातून पाणी बाहेर पडावे, तसे डब्यातून उतारू बाहेर येत होते. बायकापोरे, म्हातारेकोतारे, गरीबश्रीमंत... मोठे मजेदार संमेलन होते ते माणसांचे! एका डब्यातून 'पुंडलिक वरदा हरि विठ्ठल।' करीत वारकरी मंडळी बाहेर आली. कुठले तरी खेडूत होते ते! त्यांच्यात सत्तर-पंच्याहत्तर वर्षांची, अगदी वाकलेली एक म्हातारी होती. ज्ञानोबा-तुकोबांनी पाहिलेला तो पंढरीचा राणा, दामाजीपंतांचा तो विठू महार पाहायला ही म्हातारी जिवाचे रान करून गेली होती. तिच्या या विलक्षण भक्तिभावाने माझे मन पुलकित झाले.

तीच गाडी परत जायची होती. अजून स्टेशनाबाहेर टांगे खडखडत होते. मोटारी गुरगुरत होत्या. उतारूमागून उतारू आत येत होते, गाडीत चढत होते. पहिली घंटा झाली. सारी गर्दी लगबगीने काम करू लागली. मी उगीचच डब्यामागून डबे पाहत चाललो. माणसे किलबिलत होती, एकमेकांना जपून राहायला सांगत होती, डोळे पुशीत होती, विरहाच्या कल्पनेने व्याकूळ झाली होती. एक खेडवळ म्हातारा एका सोळा-सतरा वर्षांच्या मुलीला 'ममईत' जपून राहायला सांगत होता. हिरवे लुगडे आणि हिरवी काकणे यामुळे ती लाजरी मुलगी मोठी गोड दिसत होती... पानाआडून डोकावून पाहणाऱ्या अर्धस्फुट कळीसारखी! नुकतेच लग्न झाले असावे तिचे! सासरी नांदायला चालली होती ती! त्या दोघांकडे पाहता-पाहता मी स्टेशनावर उभा आहे, याचा मला क्षणभर विसर पडला. त्या म्हाताऱ्याच्या जागी मला कण्वमहर्षी दिसू लागले. बाळपणी शेतात राबून आता मुंबईच्या गिरणीत काम करायला निघालेल्या शकुंतलेला ते पाणावलेल्या डोळ्यांनी निरोप देत होते.

इंजिनाने कर्णकर्कश शिटी फुंकली. गाडी निघण्याची घंटा खणखणली. हिरवे निशाण फडकवीत गार्ड मागच्या डब्यामागे वळला. साऱ्या डब्यांना क्षणभर मागे रेटून इंजिन त्यांना मुंगीच्या पावलांनी आपल्यामागून नेऊ लागले. डब्यांमागून डबे माझ्यापुढून सरकत होते. खिडक्यांतून हात हलत होते, हातरुमाल फडकत होते, डोळे पुन:पुन्हा मागे बघत होते. भावनांचा तो सारा खेळ मी टक लावून, भरून आलेल्या अंत:करणाने पाहत होतो. मला भास झाला... माझ्यासमोरून सरकणारी

आगगाडी ही काही केवळ मनुष्याच्या बुद्धीची क्रीडा नाही, महाकवींना शोभतील अशा रसपूर्ण काव्यनाटकांनी भरलेले हे विशाल मानवी जीवन आहे. हास्य, अश्रू, त्याग, दया, न्याय, प्रीती, वात्सल्य या साऱ्या भावनांचे संमेलन इथे झाले आहे. या भावना हाच माणसाचा आत्मा आहे. त्या भावना जोपर्यंत जिवंत आहेत, तोपर्यंत 'मनुष्य हा पशू आहे' म्हणून सांगणाऱ्या त्या कादंबरीकाराप्रमाणे मानवजातीच्या भवितव्याची काळजी करण्याचे कुणालाही कारण नाही.

शीळ घालीत मी स्टेशनवरून घरी परत आलो. ती कादंबरी घेतली आणि मलपृष्ठावरल्या लेखकाच्या नावाखाली लिहिले,

'महाराज, आपण कधी स्टेशनवर गेला आहात काय?'

...एक गोष्ट सांगायला हरकत नाही. ते पुस्तक माझे स्वतःचेच होते. मित्राचे किंवा वाचनालयाचे नव्हते!

१९५४
■

दाढी-सामानाच्या डब्याचे झाकण मी उघडले मात्र! आतला देखावा पाहून मुंबईच्या लोकल गाड्यांतल्या गर्दीची आठवण झाली मला!

त्या गाड्यांतल्या डब्यात शिरणे, हे चक्रव्यूहात प्रवेश करण्याइतकेच कठीण असते, असा माझा अनुभव आहे. पण मागून रेटारेटी करणाऱ्या गर्दीच्या बळावर माझ्यासारखा मनुष्य प्रसंगी अभिमन्यू बनतो आणि त्या चक्रव्यूहात कसाबसा प्रवेश करून घेतो. मात्र उतरायचे स्टेशन आले, की या आधुनिक अभिमन्यूची स्थिती अगदी थेट त्या पौराणिक अभिमन्यूसारखी होते. व्यूहभेदाचे ज्ञानच त्याला नसते. विसावे शतक हे धक्क्यांचे युग आहे आणि 'ज्याचा धक्का त्याचा टक्का' ही म्हण लवकरच म्हणींच्या पुस्तकांत समाविष्ट होणार आहे. हे ज्याला कळते, असा पुरुषसिंहच त्या गर्दीतून बाहेर पडू शकतो. पण ज्याला ते समजत नाही आणि समजले तरी जमत नाही, त्याची स्थिती नाचगाणी नसलेल्या चित्रपटासारखी होते.

श्मश्रू-मंजूषा उघडताच (डॉ. रघुवीरांचा कोश अजून मी पाहिलेला नाही हं!) मी असाच हतबुद्ध झालो. तिच्यातल्या वापरून टाकून दिलेल्या पात्यांच्या गर्दीत नवी पाती बेपत्ता झाली होती. अव्वल इंग्रजीतील समाजसुधारकाच्या आवेशाने मी स्वत:शीच काव्यात उद्‍गारलो,

'जुने जाऊ द्या मरणालागुनि। जाळुनि किंवा पुरुनि टाका।'

जुने नेहमी नव्याच्या आड कसे येते, याचा साक्षात्कार त्या रामप्रहरी एका क्षणात मला झाला. ही सारी जुनी पाती दूर भिरकावून द्यायची - 'मोडुनि दंडा फेकुनि देइन भिकार भगवी वस्त्रे' असे 'सौभद्रा'तला अर्जुन म्हणतो ना? अगदी तशी- असा मनाशी निश्चय करून जुन्या पात्यांच्या त्या भाऊगर्दीत मी नव्या पात्याचा शोध करू लागलो. कुंभमेळ्यात हरवलेले लहान मूल सापडावे, तसे शेवटी ते मला मोठ्या कष्टाने मिळाले.

दाढी संपताच ती तीस-चाळीस जुनी पाती मी गोळा केली. मागील दारी

जुनी पाती

केराच्या बादलीत त्यांच्या अस्थी टाकण्याकरिता मोठ्या गंभीर मुद्रेने मी गेलो. आमची मोलकरीण तेथे काहीतरी काम करीत होती. प्रत्येक माणसात- मग तो कितीही प्रौढ असो- छोट्या जॉर्ज वॉशिंग्टनचा थोडा-फार अंश असतोच असतो. माझ्या मनात आले, केर टाकताना या बाईची जिज्ञासा जागृत होईल, बादलीतली पाती काढून ती घरी नेईल. तिचा गरीब नवरा त्या जुन्या पात्यांनी दाढी करू लागेल. त्यातले एखादे गंजलेले पाते लागून त्याचे तोंड सुजले म्हणजे...

मी मुकाट्याने ती पाती घेऊन आलो. घरात ती कुठेही ठेवणे शक्यच नव्हते. आमच्या नव्या पिढीला कुठल्याही प्रकारचा पसारा आवडेनासा झाला आहे. तरुणांच्या डोक्यावरून उडालेल्या टोप्या, नऊवारांवरून पाचवारांवर आलेली युवतीची पातळे आणि पेन्सिल करण्याकरिता चाकूऐवजी मुलांच्या हातात दिसणारी पाती हे सर्व सुटसुटीतपणा आवडणाऱ्या नव्या पिढीचे प्रतिनिधीच होत. अशा स्थितीत पाच- पन्नास पाती मी घरात उघड्यावर टाकणे म्हणजे दरमहाचे डॉक्टरचे बिल जाणूनबुजून दुप्पट करण्यासारखे होते. मी सर्व पाती एका हातरुमालात बांधली आणि ती बरोबर घेऊन फिरायला घराबाहेर पडलो. वाटेत नगरपालिकेचे एखादे केरकेंद्र मिळेल व या पात्यांचे आपल्याला तिथे विधिपूर्वक विसर्जन करता येईल, असे मनात मांडे खात मी चालू लागलो.

चालता-चालता डाव्या बाजूला एक भलामोठा गंजलेला डबा दिसू लागला. सुवर्णभूमी शोधायला निघालेल्या कोलंबसाला जमीन दिसू लागताच जो आनंद झाला असेल, त्याचा अनुभव मी पाच-दहा क्षण घेतला. मोठ्या अधीरतेने मी त्या डब्यापाशी गेलो. वाकून पाहतो, तो ती जुन्या गोष्टींच्या विसर्जनाची जागा नव्हती, असे लक्षात आले. ते नवनिर्मितीचे पवित्र स्थान होते. गतवर्षीच्या वनमहोत्सवात लावलेले एक रोप तिथे कसेबसे जीव धरून उभे होते. त्याच्या खुरटेपणाची कीव करावी, की त्याच्या जगण्याच्या धडपडीचे कौतुक करावे, हे मला कळेना. मात्र हातरुमालातली पाती तिथे टाकण्याचा धीर मला झाला नाही. कधी ना कधी आपल्या काव्याचे कौतुक करणारा रसिक जन्माला येईल, असे भवभूतीने म्हटले आहे ना! तसा कधीतरी, कुणीतरी मनुष्य या मरतुकड्या रोपट्याला पाणी घालायला येईल. नाही कुणी म्हणावे? त्याच्या पायाला चुकून एखादे पाते लागले, तर? छे, छे! त्याच्यासारख्या परोपकारी माणसाला नकळत का होईना, आपल्याकडून असा त्रास पोचणे बरे नव्हे.

मी मुकाट्याने वाट सुधारली. रस्त्याच्या उजव्या बाजूला खोल गटार होते. त्यात ती पाती टाकायला तशी काहीच हरकत नव्हती. हातभट्टीची दारू पिणारे इसम या गटारात पडले, तर त्यांना या पात्यांमुळे चांगलीच अद्दल घडेल. त्या जुन्या पात्यांचे उर्वरित जीवन सहजासहजी सत्कारणी लागेल.

माझ्या हातात पाती नसून पंचखंड पृथ्वीवर नीतीचा प्रसार करण्याकरिता परमेश्वराने दिलेली भव्य तलवार आहे, अशा थाटात मी त्या गटारापाशी जाऊन उभा राहिलो. हातरुमाल ऐटीने सोडला. मला दररोज माणसात आणून सोडणाऱ्या त्या चिमुकल्या पात्यांचा मी साश्रू नयनांनी निरोप घेऊ लागलो. इतक्यात एक विटी भिरभिरत माझ्या कानाजवळून गेली आणि अचूक समोरच्या गटारात पडली. तिच्यापाठोपाठ तिच्याच वेगाने चार-पाच पोरे धावत आली. त्यांनी ती शोधण्याकरिता पटापट त्या गटारात उड्या टाकल्या.

माझ्या डोळ्यांपुढे गेल्या पावसाळ्यातले चित्र उभे राहिले. धो धो पाऊस पडत होता त्या दिवशी! एखाद्या क्रिकेटपटूने टोल्यामागून टोले लगवावेत, तशा सरींमागून सरी कोसळत होत्या. अगदी नाइलाजाने मी काही कामाकरिता घराबाहेर पडलो होतो. मी चोहीकडे पाहिले. रस्त्यात जिकडेतिकडे पोरे हुंदडत होती, आनंदसागरात पोहत होती. शॉवरबाथ कसा असतो, याची कल्पनासुद्धा नसलेली गरीब मुले मोठ्या मजेत अंघोळ करीत होती. सृष्टी हेच त्यांचे स्नानगृह बनले होते. विशाल आकाशातून त्यांच्या अंगावर अखंड जलधारा ओघळत होत्या, त्यांना पुलकित करून सोडीत होत्या. त्या मुलातल्या अनेकांनी कागदाच्या नावा करून आणल्या होत्या. कुठल्यातरी जुन्या रद्दीतले कागद असावेत ते! पण त्याक्षणी वरुणाच्या साम्राज्यातल्या सुंदर नौकांत त्यांचे रूपांतर झाले होते.

त्या बाळगोपाळांचा क्षणभर हेवा वाटला मला! पुढल्याच क्षणी माझे बालपण परत आले. त्यांच्या त्या चिमुकल्या नावा कुठल्यातरी सुरम्य अज्ञात देशाकडे चालल्या होत्या. त्या अपरिचित देशाचे आकर्षण माझ्या मनात प्रबळ झाले. मी त्या नौकांना निरोप देण्याकरिता पुढे झालो.

गटार तुडुंब भरून वाहत होते. त्या खळखळणाऱ्या गढूळ पाण्यात चिमुकल्या जीवनाचा उन्माद जणू काही प्रतिबिंबित झाला होता. पोरांनी भराभर आपल्या होड्या पाण्यात सोडल्या. त्यांच्या अदृश्य शिडात हा हा म्हणता वारा भरला. त्या डौलाने चालू लागल्या. इतक्यात काय झाले कुणास ठाऊक! एकदम एक होडी उलटली. लगेच एक पोरगे पुढे झटकले. हा-हा म्हणता ते गटारात उतरले. छातीइतक्या पाण्यात झपझप चालत त्याने ती आपली भिजून चिंब झालेली, फुटलेल्या फुग्यासारखी दिसणारी होडी बाहेर काढली.

या स्मृतिचित्राची धुंदी ओसरताच हातातली पाती गटारात फेकून देण्याचा माझा निर्धार डळमळू लागला. लौकिकदृष्ट्या ते गटार असेल, पण माझ्या दृष्टीने ते बालगोपालांचे क्रीडास्थान होते. अशा ठिकाणी आपण पाती टाकली नि यातले एखादे पाते कुणातरी पोराच्या पायाला लागले तर?

मी मुकाट्याने पुढे चालू लागलो. तासाभराने दररोजचा फेरफटका संपवून मी

घरी परतलो. तरी तो हातरुमाल तसाच माझ्या हातात होता. रस्त्यात कोठेही ती पाती टाकण्याचा धीर मला झाला नाही.

बांधलेला हातरुमाल पाहून पत्नीने प्रश्न केला,

"फुलं आहेत वाटतं?"

"हं!"

"कसली?"

आता काय सांगायचे कपाळ? परमेश्वराने स्त्रीला फुलवेडी केली नसती, तर जगाचे असे काय मोठे नुकसान झाले असते?

मी गडबडीने माझ्या खोलीत गेलो आणि दाढी-सामानाचा डबा काढून त्यात ती सर्व पाती परत कोंबली. मग आरामखुर्चीत लेटून मी चहाची वाट पाहू लागलो.

फिरायला जाताना ज्या मोहिमेवर मी निघालो होतो, ती पूर्णपणे फसली होती. त्या जुन्या पात्यांचे काय करावे, हे कोडे अजूनही मला सुटले नव्हते.

या मोहिमेची हकिकत मी कुणालाही सांगितली असती, तरी त्याने माझी वेड्यातच गणना केली असती! असे असूनही जे घडले, त्याने माझे मन उदास झाले नव्हते. उलट त्याला एक प्रकारची प्रसन्नता वाटत होती. अपयशातही आनंद असतो, याचा अनुभव मी घेत होतो.

त्या आनंदाचा उगम शोधून काढण्याचा प्रयत्न माझे मन करू लागले. एकदम हॅम्लेट माझ्यापुढे उभा राहिला. खरेच, मी नकळत त्याच्यासारखाच वागलो होतो. आपला चुलता खुनी आहे, याची जवळजवळ खात्री झाली असूनही त्याला देहान्त प्रायश्चित्त द्यायला हॅम्लेट कचरतो. प्रत्येक वेळी तो कर कर विचार करतो. 'हॅम्लेट' नाटक ही अतिविचारामुळे मनुष्य कसा निष्क्रिय होतो, हे दर्शविणारी शोकांतिका आहे, असे अनेकांना वाटते ते यामुळेच! मला मात्र ते पटत नाही. 'हॅम्लेट'मध्ये मानवी मनाची जशी काळीकुट्ट बाजू दिसते, तसेच तिच्या उज्ज्वलतेचेही दर्शन होते. हॅम्लेटची आई व चुलता यांच्या रूपाने काम आणि लोभ या विकारांचे भयंकर स्वरूप आपल्याला प्रतीत होते. पण माणूस हा काय केवळ आपल्या उच्छृंखल विकारांचा गुलाम आहे? छे! तो तसा असता, तर आजही तो पशूंचे कच्चे मांस खात आणि रानावनातल्या गुहेत निवारा शोधीत राहिला असता. तो केवळ निसर्गाचा दास असता, तर त्याच्या जीवनाची पातळी पशूच्या पातळीहून कधीच उंचावली नसती! तो विचार करू शकतो, हीच त्याची मोठी शक्ती आहे. कारण विचाराच्याच पोटी सर्व भौतिकशास्त्रे, इतकेच नव्हे तर सर्व शास्त्रांचे शास्त्र असलेले नीतिशास्त्र जन्माला येते. मनुष्य विचार करू शकतो, म्हणूनच जे शरीराला सुख देईल ते चांगले, त्याला त्याच्यामुळे त्रास होईल ते वाईट, ही कोती कल्पना ओलांडून पुढचे मोठमोठे पल्ले गाठतो. विचार हा मानवी जीवनाचा सुगंध आहे.

हॅम्लेटचा चुलता भावाचा खून करून त्याची गादी बळकावतो. अशा अमानुष रीतीने भावजयीला आपली बायको बनवून तो सुखाचा मळा पिकवू पाहतो. हॅम्लेट यातली कुठलीही गोष्ट करण्यात सर्वथैव अपात्र आहे. पित्याच्या वधाचा सूड घेणे हे आपले कर्तव्य आहे, हे कळत असूनही प्रत्येक वेळी विचारामुळे त्याच्या हातून ते कृत्य होऊ शकत नाही. पण त्यातच त्याचे मोठेपण आहे. हॅम्लेट हा संशयात्मा आहे, असे काही टीकाकार म्हणतात. त्यांना त्याच्या स्वभावाचे मर्मच समजलेले नाही. तो सतत विकसित होणाऱ्या मानवी मनाचा प्रतिनिधी आहे. विचार हे त्या विकासाचे सर्वांत मोठे चिन्ह आहे.

अगदी क्षुल्लक गोष्टीत का होईना, मी विचार करण्याचा प्रयत्न केला होता. तो विचार स्वार्थाचा नव्हता, इतरांच्या सुख-दु:खांचा होता.

पत्नी चहा घेऊन आली. त्या पेल्यातून निघणाऱ्या वाफा पाहून माझ्या मनाची प्रसन्नता द्विगुणित झाली. गरमागरम चहा मला फार आवडतो. त्याच्या उनउनीत पहिल्या घोटाचा जिभेला जो चटका बसतो, त्याचे सुख वर्णन करून सांगणे मोठे कठीण आहे. प्रथमदर्शनी प्रेमात पडलेल्या एखाद्या तरुणाला किंवा तरुणीलाच त्याच्या दाहक मोहकतेची कल्पना येईल.

एकदम माझी चहासमाधी उतरली.

बायको विचारीत होती,

''फुलं कुठं आहेत?''

''उडून गेली!''

''मी काही कुक्कुबाळ नाही हं!''

''खरंच सांगतो...''

''आज हळदीकुंकवाला जायचंय मला. तेव्हा...''

''बिनवासाचं फूल असतं ना? तसा बिनफुलांचा सुगंध आहे माझ्यापाशी.''

''तो चालेल मला!''

मी वेड्यासारखा तिच्याकडे पाहू लागलो. माझ्या मनात आले, माणसाच्या मनातले सारे सूक्ष्म सुगंध दुसऱ्याला सहजासहजी जाणवू शकले असते, तर काय बहार झाली असती! त्या विविध सुगंधांनी जगातली अनेक दु:खे सुसह्य केली असती. प्रत्येकाने मनातल्या मनात केलेले प्रेम, बांधलेली पूजा, वाहिलेली चिंता या सर्वांची एकमेकांना जाणीव होऊन माणूस अधिक आशावादी राहिला असता! पण या जगात त्या सुगंधाची देवाणघेवाण करता येत नाही! म्हणूनच ते अपूर्ण राहिले आहे.

१९५५

■

या गोष्टीवर कुणाचाही विश्वास बसणार नाही, हे मी जाणून आहे. पण ती पूर्णपणे खरी आहे. अगदी ईश्वरसाक्ष सांगतो, ती शंभर टक्के सत्यकथा आहे. ऐकून तुम्ही विचाराल, 'देवावर तुमचा विश्वास आहे काय?' या अवघड प्रश्नाचे मी काहीतरी उत्तर देईन आणि तुम्ही फिरून मला अडविण्याकरिता दुसरा काही तरी सवाल कराल. बोलूनचालून प्रश्नयुग आहे हे! तेव्हा ही चर्चा इथेच थांबविणे बरे!

मात्र मी सांगतो, त्या हकिकतीत असत्याचा लवलेशसुद्धा नाही. हवे तर तुम्ही त्या घरमालकालाच जाऊन विचारा. आम्ही त्याचे घर पाहायला गेलो. ते आम्हाला- म्हणजे मुख्यत: माझ्या बायकोला- पसंत पडले. प्रत्येक खोलीत कपाटे होती, कोठीच्या खोलीत बारांवर चांगल्या लांबरुंद फळ्या टाकलेल्या होत्या. स्वयंपाकघरात छान दगडी कट्टा होता, मागील दारी पाण्याचा हौद होता. धुण्याचा दगड होता. खिडक्यांना सुंदर काचा होत्या. फार काय, घरात चांगले उखळसुद्धा होते! आमच्या सध्याच्या बिऱ्हाडात मसाला कुटायची जी अडचण आहे, तीदेखील इथे होण्याचा संभव नव्हता. सुंदर सुग्रण सून मिळाल्याइतका आनंद माझ्या पत्नीला झाला. मालकांनी भाड्याचा आकडा जरा- जरा म्हणजे बराच- चढविलेला दिसत होता. अगदी पहिले महायुद्ध सुरू करणाऱ्या कैसरच्या मिशांसारखा! पण आता दुसरे महायुद्ध संपून तिसऱ्याच्या दारात जग उभे असल्यामुळे तो मुकाट्याने मान्य करणे आम्हाला प्राप्तच होते. ज्याला स्वस्तात घर हवे असेल, त्याने बिनभाड्याचे घरच गाठले पाहिजे, ही सद्यस्थिती आम्हा दोघांना पूर्णपणे ठाऊक होती. मी मालकाला होकार द्यावा, असे बायकोने मला खुणेने सुचविले.

मी तोंड उघडले. इतक्यात माझे लक्ष माजघरातल्या कडीपाटाकडे गेले. मी निरखून पाहू लागलो. तिथून मी बाहेरच्या सोप्यावर आलो. वर नजर करून मी बारकाईने पाहिले. माझ्या या अभिनयावरून, 'देवा, या सद्‌गृहस्थाला भाडे कमी करण्याची सद्‌बुद्धी दे' अशी मी प्रार्थना करीत आहे, असा संशय त्या मालकाला

झोपाळा

/१५/

आला असावा.

त्याने विचारले,

''वर काय बघताय?''

मी उत्तर दिले,

''झोपाळा लावायला कुठं कड्या आहेत की नाही, ते पाहतोय.''

''झोपाळा? छट! आम्ही नाही बुवा इथं झोपाळा लावणार.'' तो उत्तरला, ''अहो, हा नवीन पद्धतीचा बंगला आहे. या सोप्यावर सोफासेट झकास दिसेल. आता ते ऐसपैस चौसोपी वाडे गेले नि त्याच्याबरोबर तुमचे ते जुने-पुराणे झोपाळेही गेले. हे सुटसुटीतपणाचं युग आहे, महाराज. आता बायका घरात पाळणा ठेवायलासुद्धा तयार नाहीत. दहा दिवस कुठल्या तरी प्रसूतिगृहात काढतात आणि...''

गृहस्थ भाड्याप्रमाणे विचारातही चांगलाच पुरोगामी असावा!

मी त्याला सरळ नकार दिला. चांगली नोकरी आणि चांगली बायको यांच्यापेक्षा चांगली जागा मिळायला भाग्य लागते, हे एका तरुण मित्राचे उद्गार आठवत असूनही मी त्या नव्या टुमदार बंगल्याकडे पाठ फिरविली आणि जिथे झोपाळा टांगता येईल, असे घर शोधू लागलो.

माझी ही आवड पाहून तुम्हालाच काय, पण मोठमोठ्या मानसशास्त्रज्ञांनाही आश्चर्य वाटेल! ते आपल्या पुस्तकात जे काही लिहितात, ते खरे असते तर मी झोपाळ्याचा कट्टर शत्रू झालो असतो. घरातल्या झोपाळ्याचे तुकडे तुकडे करून ते कधीच बंबात टाकून दिले असते. जिथल्या कडीपाटांना झोपाळ्याच्या कड्या आहेत, अशा घरात पाणी प्यायलासुद्धा उभा राहिलो नसतो! शास्त्रीय दृष्टीने बोलायचे, तर माझ्या मनात हिंदोलगंड निर्माण व्हायला हवा होता! लहानपणी बेळगावला एका मामेबहिणीच्या मंगळागौरीला मी गेलो होतो. त्या रात्री तिच्या घरातल्या छोट्या सोप्यावर आम्ही मुले मारे जोरजोराने झोके घेत होतो. अशाच एका झोक्यात कुठली तरी कडी निखळली आणि मी समोरच्या भिंतीवर असा आपटलो म्हणता... भिंतीला कान असतात, हे मला पुढे इंग्रजी शाळेत गेल्यावर कळले. पण तिला हात असतात, मारकट मास्तर मूर्तिमंत दयेचे अवतार वाटावेत, असे तिचे हात असतात, हे ज्ञान मला वयाच्या सहाव्या वर्षीच झाले. या ज्ञानामुळे पुढे थोडे दिवस झोपाळ्यावर बसताना मी मनातल्या मनात देवाची आठवण करीत असे. पण अल्पकाळ मला आस्तिक बनविण्याखेरीज त्या अनुभवाने माझ्यात दुसरी कुठलीही क्रांती केली नाही.

अजून अगदी लहान मुलाच्या हौसेने मी झोपाळ्यावर बसतो. घटका-घटका मंद-मंद झोके घेत राहतो. पहाटे उठून फिरायला जावे आणि पानाआडून वर येणाऱ्या प्रफुल्ल गुलाबाप्रमाणे दिसणारा सूर्योदय पाहावा, अपरात्री जागे होऊन

एखादे कवितेचे पुस्तक उघडावे आणि खिडकीतून डोकावून पाहणाऱ्या चांदण्यापेक्षाही अधिक मोहक अशा आनंदात गुंग होऊन जावे, तसे काहीतरी झोपाळ्यावर बसले म्हणजे मला वाटते. शरीराचा शीण, मनाची उदासीनता, चिंता-काळज्यांची लहानमोठी गाठोडी... सारे सारे पहिला झोका घेतला, की माझ्यापासून हळूहळू दूर जाऊ लागते. जणू काही हरतऱ्हेच्या काट्याकुट्यांनी भरलेल्या या पृथ्वीला मी हळूच लाथाडतो आणि एखाद्या फुलपाखराप्रमाणे अपार्थिव अशा वातावरणात तरंगू लागतो. रामचंद्राच्या चरणस्पर्शाने शिला झालेल्या अहल्येला आपले पूर्वरूप प्राप्त झाले, या कथेत चमत्कारापेक्षा काहीतरी अधिक अर्थ आहे, अशी त्या क्षणी माझी खात्री होते.

मी झोपाळ्यावर बसलो असताना कधी कुणी माझा फोटो काढलेला नाही. उद्या एखाद्या मासिकात माझा सचित्र परिचय देण्याची लहर आली, तर तो कदाचित लोकांना पाहायला मिळेल! अष्टौप्रहर माझ्या कपाळावर स्पष्ट दिसणाऱ्या आठ्या त्या फोटोत मुळीच दिसणार नाहीत, अशी मी तुम्हाला हमी देतो. विशेष खर्चाची बाब नवऱ्याच्या कानावर घालायची असली, म्हणजे या खासगी मुलाखतीकरिता माझी पत्नी हीच जागा पसंत करते. मुलांना काही हट्ट करायचा असला की, मी झोपाळ्यावर बसलो असताना ती मला गाठतात आणि मोठमोठे झोके घ्यायला लावतात. आज अनेक वर्षे हे मी पाहत आलो आहे. लिहिण्याच्या खोलीत माझ्या अंगात जंगलातला सिंह संचारलेला असतो! पण झोपाळ्यावर जाऊन बसलो, की ऋषिमुनींच्या आश्रमातल्या निरुपद्रवी वनराजासारखा मी वागू लागतो, असे दिसते. कुणाही भरताने यावे आणि खुशाल या सिंहाचे दात मोजावेत!

तसे पाहिले तर आरामखुर्ची, लोड-तक्क्यांची बैठक आणि खाटेवर पसरलेली गादी ही झोपाळ्याइतकीच माझी आवडती विश्रांतिस्थाने आहेत. कोकणात असताना सकाळ-संध्याकाळ अंगणात आरामखुर्ची टाकून मी मनसोक्त वाचीत पडत असे. त्यामुळे हार्डी, चेकॉव्ह, गॅल्सवर्दी यांच्या वाङ्मयविषयीच्या माझ्या आठवणी आकाशातल्या सुंदर निळ्याजांभळ्या रंगांनी रंगल्यासारख्या वाटतात. 'सुशीलेचा देव' आणि 'इंदु काळे व सरला भोळे' यांच्या पानापानातून तुळशीच्या मंजऱ्या, जास्वंदीची फुले, माडाची हिरवीगार चुडते हलत-डुलत असलेली मला दिसतात.

लोडाला टेकून बसण्याने मनुष्य आपले स्वातंत्र्य गमावीत नाही. हवे तसे ऐसपैस पाय पसरून तो पडू शकतो. त्यामुळे ही बैठकसुद्धा मला फार आवडते. मात्र अशी बैठक सर्रास रूढ असूनही आपल्या स्वातंत्र्याचे संरक्षण करण्याचा निकराचा प्रयत्न दुसऱ्या बाजीरावाच्या हातून कसा झाला नाही, याचे मला राहून राहून नवल वाटते. पेशवाई-थाटाच्या अशा बैठकीवर बसले की, गेल्या वीस वर्षांतले अनेक मित्र माझ्या डोळ्यांपुढे उभे राहतात. त्यांच्या सहवासातल्या स्वैर

गप्पा आणि कडाक्याचे वादविवाद मला आठवतात. एखाद्या खेड्यात घातल्याप्रमाणे खुर्चीत बसलेली माणसे इतके विचारस्वातंत्र्य (आणि तेही इतक्या उच्च स्वरात) प्रकट करू शकतील, हे काही केल्या मला खरेच वाटत नाही.

खाटेवरल्या गादीचे सुख यापेक्षा थोडे निराळे आहे. दुपारी जेवण झाल्यावरच तिचे अंत:करण किती मृदू आहे, याची मला कल्पना येते. वाचण्याकरिता एखादे पुस्तक हातात घेऊन मी तिथे पडतो खरा! पण हातात कालिदास असला, तरी पाच-दहा मिनिटांतच तो मला फडतूस कवी वाटू लागतो. या वेळी डोळ्यांवर तरंगणारी ती गोड धुंदी.. मुग्धेच्या मनात उदय पावणाऱ्या पहिल्या अस्फुट प्रीतीचीच उपमा तिला देता येईल.

पण संध्याकाळी ही तिन्ही विश्रांतिस्थाने मला नकोशी वाटतात. सकाळपासून सभोवती पसरलेली नवी-जुनी पुस्तके मला रामदासांच्या खिरीसारखी वाटू लागतात. बोलबोलून गप्पा-गोष्टींतला रस निघून गेलेला असतो. दिवेलागणीच्या वेळी खाटेवर पडले की, आपण फार आजारी तर नाही ना, अशी शंका मनाला बेचैन करू लागते. शिणलेले मन घरात कुठेच रमत नाही. थकलेले शरीर घराबाहेर पडू इच्छित नाही. मग मी झोपाळ्याकडे वळतो... अगदी लुचायला सोडलेल्या वासराच्या अधीरतेने! झोपाळा हलू लागला की, त्याबरोबर माझे मन हेलावू लागते. जणू काही त्याला पंख फुटतात. ते कुठल्या तरी यक्षभूमीत जाऊन स्वैर संचारात गुंग होते. हा आनंद फक्त निद्रा, प्रीती आणि कल्पना मला देऊ शकतात. पण त्या तिघीही कमालीच्या लहरी आहेत. झोपाळ्याचे तसे नाही. तो सदासर्वदा तुमच्या सेवेला सादर असतो. त्याचा स्पर्श झाला की, माणसाच्या पायातल्या दैनंदिन चिंतांच्या शृंखला गळून पडतात. जडतेच्या दडपणाखाली गुदमरून गेलेले त्याचे कविमन मोकळेपणाने श्वासोच्छ्वास करू लागते. त्याच्या हृदयातल्या सुकून गेलेल्या झऱ्यांना पुन्हा पाझर फुटतो.

ही जादूची शक्ती झोपाळ्याने कुठून पैदा केली आहे, हे पूर्वी काही केल्या मला कळत नसे. अलीअलीकडे ते रहस्य मला थोडे थोडे उलगडू लागले आहे. झोपाळा हे घराघरातले प्रीतीचे माहेरघर आहे. जीवन हे केवढे महाकाव्य आहे, याची कल्पना नसलेली चिमुरडी पोरगी 'पहिली माझी ओवी' या शब्दांनी त्या काव्यलेखनाला इथेच प्रारंभ करते. हळूहळू उमलणाऱ्या कलिकेप्रमाणे यौवनात लाजत-लाजत पाऊल टाकणारी कुमारिका आपली मुग्ध स्वप्ने झोपाळ्याच्या कानातच सांगते. सासरी सुखी असलेली नववधू माहेरच्या आठवणींनी व्याकूळ होऊन जे नि:श्वास सोडते, ते फक्त झोपाळ्यानेच ऐकलेले असतात. भाऊबीजेसाठी दादाच्या वाटेकडे डोळे लावून बसलेली ताई, पहिले-वहिले डोहाळे लागलेली तरुणी, एकमेकींची थट्टा करणाऱ्या अवखळ मैत्रिणी, अशा कितीकांची तरी गोड हितगुजे झोपाळ्याखेरीज

दुसऱ्या कुणाच्याही कानावर पडत नाहीत. बाह्यत: अगदी रूक्ष वाटणारा एखाद्या घरातला कर्ता पुरुष पाहा. रात्री किरकिरणाऱ्या लहान मुलाला तो किती वात्सल्याने जवळ घेतो, आपल्या श्रान्त पत्नीला सुखाने चार घास खाता यावेत, म्हणून भसाड्या स्वराने गाणे म्हणताना तो क्षणभरसुद्धा कसा लाजत नाही. आपले गाणे हे अंगाई-गीत होत नसून रणगीत होत आहे, हे लक्षात येताच तो आगगाडीत बसून भुर्र जाण्याचा बेत किती तातडीने ठरवितो. झोक्याझोक्याबरोबर ती आगगाडी मुंबई, मद्रास, कलकत्ता वगैरे स्टेशने मागे टाकीत हा हा म्हणता लंडनला कशी पोहोचते आणि या प्रवासात झोपी गेलेल्या बाळाच्या हसऱ्या चेहऱ्याकडे पाहता-पाहता त्या पित्याची राकट मुद्रा किती मोहक दिसू लागते, हे झोपाळ्याशिवाय दुसरे कोण तुम्हा-आम्हाला सांगू शकेल?

झोपाळा हा असा साऱ्या कौटुंबिक काव्याच्या उगमस्थानी असलेला झरा आहे. प्रणय, प्रीती, वात्सल्य इत्यादिकांच्या अतिमुग्ध आविष्कारांचा तो अंतरंगातला मित्र आहे. त्यामुळेच माणसाच्या त्रस्त मनाला तो क्षणार्धात विसावा देऊ शकतो, हे उघड आहे. पण त्याच्यात आणखीही एक मोठा गुण आहे. केवळ काव्य हे तारुण्याइतके प्रौढपणी माणसाला सुख देऊ शकत नाही. त्याला तत्त्वज्ञानाची जोड असली तरच त्याचे सौंदर्य जीवनाच्या उतरणीवर कायम राहते. झोपाळ्याच्या सहवासात अशा तत्त्वज्ञानाचाही लाभ होतो. त्यामुळे जिथे झोपाळा टांगता येणार नाही, असे घर पसंत करायला मी तयार होत नाही; होणार नाही.

झोपाळा आणि तत्त्वज्ञान! हे दोन शब्द वाचून तुम्ही मनात मला हसत असाल! तुमच्यातले व्युत्पत्तिशास्त्रज्ञ 'झोपाळू' हा शब्द झोपाळ्यावरूनच झाला आहे, असे म्हणत मला हिणवतील. साध्या विषयातून मोठा अर्थ काढण्याचे हे आधुनिक वेड आता कोणत्या थराला जाणार आहे, असे उद्गार माझे अनेक टीकाकार चिंताक्रांत चेहऱ्याने काढतील! पण मला वाटते, जीवनाचे खरेखुरे रहस्य जगात फक्त झोपाळ्यालाच समजले आहे. खा, पी आणि मजा कर हे जसे माणसाचे ध्येय होऊ शकत नाही तसा उपास कर, अंगाला राख फास आणि देवाची प्रार्थना कर हाही काही मानवी जीवनाला मार्गदर्शक ठरणारा उपदेश होऊ शकत नाही. सामान्य माणसाच्या आवाक्यापलीकडचे आदर्श अंती भ्रामक व घातक ठरतात. कुठल्याही प्रकारचा ध्येयवाद नसणे हेही मानवी विकासाला तितकेच मारक होते. या दृष्टीने झोपाळा हा माणसाचा खराखुरा गुरू आहे. मातीत लोळून मातीमोल होऊ नका, पण त्याचबरोबर स्वर्गाच्या मोहाने पृथ्वी सोडून फार दूर जाऊ नका, असेच जणू काही तो आपल्या प्रत्येक हालचालीने सुचवित असतो.

त्याचा हा संदेश सद्यस्थितीत मला मोठा मोलाचा वाटतोच, पण यापेक्षाही महत्त्वाची अशी एक जीवनविषयक दृष्टी त्याच्या सहवासात मला लाभते. सुधारणा,

क्रांती, नवे जग, रामराज्य वगैरे मोहक शब्दांनी आपली मने नेहमी भरली जातात. त्यामुळे कुठल्याही नव्या कल्पनेचे अथवा वादाचे आपण फार उत्साहाने स्वागत करतो. काही काळ लोटला की, त्या नव्या गोष्टीची खरी किंमत आपल्या लक्षात येते. मग त्या फाजील उत्साहाचा लंबक दुसऱ्या टोकाला जातो. आपली मने निराशेने भरून जातात. बालविवाहाविरुद्ध मोहीम करणारांपुढेच आपल्या प्रौढ मुलींची लग्ने कशी करावयाची, हा पेच येऊन पडतो. व्यक्तीच्या शुद्धतेवर भर देणाऱ्या गांधीवादाचा बुरखा पांघरूनच लोक काळा बाजार करू लागतात. असल्या अनुभवांनी सामान्य माणसाचे मन विटून जाते. आज आपल्या समाजात सर्वत्र जी अवकळा पसरलेली दिसते, तिचा उगम या पराभूत मनोवृत्तीतच आहे. प्रगतीचा अभाव म्हणजे पराभव, अशी आपण आपली समजूत करून घेतली आहे. पण ती किती सदोष आहे, हे झोपाळ्यावर बसणाराला सहज कळू शकते. झोका घेतल्यावर झोपाळा जेवढा मागे जातो, तेवढाच तो पुढे येतो. तो काही आपल्याला कुठे दूर घेऊन जात नाही. पण त्याचे हे अखंड आंदोलन माणसाला किती सुखावह वाटते. कारण प्रगती हे जीवनाचे ध्येय असले, तरी गती हाच त्याचा आत्मा आहे.

येत्या निवडणुकीला उभे राहण्याचा विचार मी सध्या करीत आहे. मी निवडून आलो, तर इतर भानगडीत मुळीच पडणार नाही. मात्र प्रत्येक घरात झोपाळा असला पाहिजे, असा कायदा मी कायदेमंडळात पास करून घेईन.

१९४९
∎

जामानिमा केला आणि कोठीच्या खोलीतून तीन-चार पिशव्या हातात घेऊन रुग्णशय्येवर पडलेल्या पत्नीपाशी मी आलो. भाजीच्या मोहिमेवर खुद्द पतिराज निघालेले पाहून तिला फार आनंद होईल, अशी माझी कल्पना होती. पण या जगात चांगल्या कल्पना सहसा खऱ्या ठरत नाहीत हा अनुभव संत, कवी व ध्येयवादी यांच्याप्रमाणे मलाही आला.

कुठे काय बिनसले आहे, ते मला कळेना.

सौभाग्यवतीची कळी खुलविण्याकरिता मी म्हणालो,

"हं सांग. मी यादीच करून घेतो. नाहीतर त्या गोकुळसारखी स्थिती व्हायची माझी. शेरभर केशर, की शेरभर साखर याचा मनात उगीच गोंधळ व्हायला नको."

तसा काही मी विसरभोळा नाही. पण सौ.ने हसावे म्हणून मी आपले हे उगीच बोलून गेलो. पण बर्फ वितळण्याचे चिन्ह दिसेना. शेवटी एक जांभई देत ती म्हणाली,

"इतक्या पिशव्या कशाला घेतल्यात? सारी मंडई का घरी आणायची आहे?"

द्रोणागिरी उचलून आणणाऱ्या मारुतिरायांची मला आठवण झाली. ती शक्ती असती, तर आजारी पत्नीला भाजी स्वत: पाहून घेता यावी, म्हणून मंडईची मंडई उचलून घरी आणायला मी कमी केले नसते! मात्र माझ्या त्या शक्तीच्या प्रयोगात मंडईतल्या माळणीची काय स्थिती झाली असती, ते त्या भीमरूपी महारुद्रालाच माहीत!

"कसली तरी एक भाजी आणा म्हणजे झालं!" पत्नी रूक्ष स्वराने उद्‌गारली.

"एकच?" आंधळ्याने एकच डोळा मागितलेला पाहून आश्चर्यचकित होणाऱ्या देवासारखा मी प्रश्न केला.

"तुम्ही पुष्कळ भाज्या आणाल, पण त्या करणार कोण?"

"कोण म्हणजे? आपला स्वयंपाकी-महाराज... बबर्जी..."

चौदा आण्यांचा सौदा

"'हरवल्याचा शोध' या सदरात जाहिरात देऊन या आधी!"

"म्हणजे?"

"म्हणजे काय? तुमचे बबर्जीमहाराज सकाळीच न सांगता कुठल्या तरी दौऱ्यावर गेले आहेत!"

मी हतबुद्ध झालो. या पाकशास्त्रपारंगत आचार्यांनी एका महिन्यात पाचव्यांदा, घरात कुणालाही न सांगता, हा पळ काढला होता. माझ्या दोन-तीन स्नेह्यांच्या घरीही स्वयंपाक्यांची हीच रड होती. माझ्या मनात आले, हे आचारी असे अस्थिर का, या प्रश्नाचे उत्तर कोण देऊ शकेल? मार्क्स की फ्रॉइड? एक हजार स्वयंपाक्यांच्या मुलाखती घेऊन त्यांचे मानसशास्त्राच्या दृष्टीने परीक्षण केल्याशिवाय हा प्रश्न सुटणार नाही. स्वयंपाक करता-करता या लोकांच्या मनात भयंकर चूलगंड निर्माण होत असला पाहिजे. माणसाच्या दुसऱ्या भुकेसंबंधाने किन्से रिपोर्टसारखे खंडोगणती वाङ्मय निर्माण होत आहे. पण त्याच्या पहिल्या भुकेच्या बाबतीत कुणीच संशोधन करीत नाही!

या गहन प्रश्नाचा विचार करीत निरुत्साही मनःस्थितीत मी मंडईत शिरलो. एखादी भाजी घ्यावी आणि आल्या पावली परत फिरावे, असा माझा विचार होता. पण दहा पावले मी चाललो असेन, नसेन! लाल आणि गुलाबी गाजरांच्या ढिगावर माझी नजर खिळून गेली. गाजराची भाजी किंवा कोशिंबीर बायकोला आवडत नाही, हे मला ठाऊक आहे. पण याच वेळी गाजरात कसले तरी व्हिटॅमिन असते, याची मला आठवण झाली. त्या गाजरांकडे पाहता-पाहता अलीकडचे कवी आपल्या प्रेयसीच्या गालाची सफरचंदाशी का तुलना करतात, ते मला कळेना. कदाचित सफरचंद गाजरापेक्षा महाग असल्यामुळे त्याचे महत्त्व त्यांना अधिक वाटत असावे! कदाचित ते आधुनिक सुंदरीचे रंगविलेले (तिने स्वतःच) गाल असतील! पण माझ्या मते तरुणीच्या गालावर गुलाब, सफरचंद किंवा रामफळ या मंडळींपेक्षा गाजरांचाच हक्क अधिक आहे. गाजरात जी लाजरी छटा आहे, ती इतरांच्या रंगात नाही.

अच्छेर गाजरे घेऊन आणि ती घेता-घेता त्यांचा सुंदर रंग डोळ्यांनी मनसोक्त पिऊन मी पुढे चालू लागलो. दूधभोपळ्यांनी भरलेल्या दोन टोपल्या मला दिसल्या. शाळेतल्या तालमीत सक्तीने फिरविलेल्या लहान-मोठ्या करेल्यांची मला आठवण झाली. पण ती क्षणभरच! दुसऱ्याच क्षणी त्या लुसलुशीत हिरव्या दूधभोपळ्यांनी भरलेल्या पाटीत माझा हात गेला. दोन कोवळे भोपळे मी निवडून काढले. प्रत्येकाला नख लावून पाहिले. एखाद्या लहान मुलाच्या अंगावर कुणीतरी काढलेल्या चिमट्याची खूण दिसावी ना? तशा माझ्या नखांच्या खुणा त्यांच्यावर उमटल्या. दूधभोपळा हे नाव किती काव्यमय आहे, याची मला कल्पना आली. दुपारी

गाजरांची कोशिंबीर आणि दूधभोपळ्याची भाजी होईल, असे म्हणत मी एक दूधभोपळा पिशवीत टाकला. पण लगेच कविवचन आठवले - 'धिक् सर्व जोडीविणे.' मी पहिल्याच्या जोडीला दुसरा पिशवीत कोंबला. दोन दूधभोपळे कशासाठी आणलेत, म्हणून बायको उलटतपासणी केल्याशिवाय राहणार नाही, हे उघड होते. पण दूधभोपळा पुष्कळ दिवस टिकतो, दोन दिवस मंडईत जायला नको, म्हणून हा दुसरा भोपळा मी आणला, असे तिला सांगायचे मी ठरविले. माणसाला सबबी किती सहज सुचतात!

आता मंडईतून परतायला काहीच हरकत नव्हती. पण नाना प्रकारच्या भाज्यांनी, माणसांनी आणि आवाजांनी भरलेल्या त्या जागेतून माझा पाय निघेना. मनुष्य हा मूलत: सामाजिक प्राणी आहे, हेच खरे. गर्दीचे आकर्षण त्याला नेहमीच वाटत असते.

रेंगाळत, दोन्ही बाजूंना दाटीवाटीने ठेवलेल्या पाट्यांतील निरनिराळ्या प्रकारच्या भाज्या पाहत आणि अनंत रूपांनी प्रकट होणाऱ्या वनस्पतिसृष्टीचे कौतुक करीत मी चालू लागलो. 'घरात मिरच्या-कोथिंबीर भरपूर आहे' हे पत्नीचे दारातून बाहेर पडताना ऐकलेले शब्द कानात घुमत असल्यामुळे मी त्या पाट्यांकडे बिलकूल लक्ष देत नव्हतो. पण मधेच एक मिरच्यांनी भरलेली पाटी दिसली आणि... दुष्यंताकडे वळून पाहण्याकरिता काटेरी झुडपाला पदर अडकल्याचे सोंग करणाऱ्या शकुंतलेसारखी माझी स्थिती झाली. माझी पावले त्या पाटीपाशी घुटमळू लागली.

मला तिखटाची फारशी आवड नसली, तरी मिरचीचे मोठेपण मात्र विद्यार्थिदशेपासून पटले आहे. मराठीत तिखटाच्या पुडीला वापरण्यात येणारा 'भगवती' हा शब्द संस्कृतमध्ये पूज्य स्त्रीला लावण्यात येतो, हे कळताच मिरचीविषयी माझ्या मनात आदर निर्माण झाला. पुढे 'कानामागून आली आणि तिखट झाली' या एखाद्या उखाण्यासारख्या वाटणाऱ्या वाक्प्रचाराने त्या आदराला रहस्यपूर्ण कुतूहलाची जोड दिली. शिवाय कुठल्याही जहाल गोष्टीविषयी प्रेम वाटणे हा मनुष्यस्वभाव आहे. मग ती राजकीय चळवळ असो, नाहीतर फजावाची आमटी असो.

आपल्याला मिरच्या विकत घ्यायच्या नाहीत, असे मनाला पावलोपावली बजावीत मी त्या पाटीकडे पाहत होतो. 'एकच प्याला'तल्या सुधाकराच्या पुन्हा दारू न पिण्याच्या प्रतिज्ञेची मनाला एकसारखी आठवण करून देत होतो. पण कोण कसल्या मोहात किंवा कुणाच्या प्रेमात केव्हा आणि कसा पडेल, हे सांगता येत नाही. माझेही तसेच झाले. त्या पाटीतल्या हिरव्यागार मिरच्यातून एक लालचुटूक मिरची हळूच डोकावून पाहत होती. तरुणीच्या गहिऱ्या कटाक्षाप्रमाणे वाटली ती मला! मी तिच्याकडे पाहतच राहिलो. क्षणार्धात मी माझे भान विसरलो. पावशेर मिरच्या माझ्या पिशवीत जाऊन पडल्या. भाजीवाली ती लाल मिरची काढून

घेत होती. पण मी ती आग्रहाने ठेवून घेतली. रागाने नखशिखान्त लाल होणारी ही एकुलती एक स्त्री आहे, या भावनेने मी तिच्याकडे पाहत राहिलो.

राम-लक्ष्मण किंवा टिळक-आगरकर यांच्यासारखीच मिरच्या-कोथिंबीर ही अभेद्य जोडी आहे. साहजिकच माझी नजर कोथिंबिरीच्या पेंड्यांनी भरलेल्या पाट्यांकडे वळली. 'घरात मिरच्या-कोथिंबीर भरपूर आहे' हे बायकोचे शब्द ऐकू येतच होते. पण 'जे रम्य ते बघुनिया मज वेड लागे' असे केशवसुतांनी म्हटले आहे, ते काय उगीच? एका पाटीतली कोथिंबीर इतकी कोवळी लुसलुशीत होती, की त्या नाजूक चिमण्या पानांना कितीही कुरवाळले, तरी माझी तृप्ती होईना. शेजारच्या दुसऱ्या पाटीतल्या कोथिंबिरीला आलेली फुले मोठी सुंदर दिसत होती. लख्ख ऊन पडले होते म्हणून! नाहीतर आभाळातल्या साऱ्या चांदण्या त्या पाटीत उतरल्या आहेत, असेच मी म्हटले असते. फुले आलेल्या कोथिंबिरीची एक पेंडी मी उचलली. फुलांनी बहरून जाणाऱ्या पारिजातकाची वेळी-अवेळी स्तुती करणाऱ्या खंडोगणती कवींपैकी एकानेही कोथिंबिरीवर अजून काव्य रचू नये, याचे मला नवल वाटले. बाकी त्यात आश्चर्य तरी कसले म्हणा! बाजार करण्याची अक्कल नसल्यामुळे कवींच्या बायका त्यांना बहुधा भाजी आणायला पाठवित नसाव्यात. म्हणूनच ते उठल्यासुटल्या, बापजन्मात न पाहिलेल्या कमळांच्या आणि तसल्याच दुर्मीळ फुलांच्या उपमा देत सुटतात.

तासाभराने माझी मंडई संपली. भरून गेलेल्या चार पिशव्या हातात घेऊन मी ऐटीने घराकडे वळलो. शेपूची भाजी अनेकांना आवडत नाही, पण मला ती पसंत आहे. तिला स्वतंत्र असे व्यक्तित्त्व आहे. आज दुपारी ती खायला मिळणार, म्हणून मी मोठ्या खुशीत चाललो होतो. हा शुभ्रपणात हस्तिदंताशी स्पर्धा करणारा मुळा, सशाच्या अंगाहूनही मऊ असलेली ही हरभऱ्याची भाजी... एक ना दोन... नाना प्रकारच्या चिजा माझ्या पिशव्यांत होत्या. मला एकदम आठवण झाली. आमचे बबर्जीसाहेब आज परागंदा झाले होते. मग ती शेपूची भाजी करणार कोण? आणि या बाकीच्या भाज्या? भाजी करणे निराळे आणि भाजी खाणे निराळे!

घरी आल्यावर बायकोने माझी जी हजेरी घेतली, ती सर्व नवऱ्यांच्या परिचयाची आहे. तेव्हा तिचे मी सविस्तर वर्णन करीत नाही. मात्र मला वाटते, घरोघर चालणाऱ्या नवरा-बायकोच्या असल्या संवादांचे ध्वनिमुद्रण करण्याची व्यवस्था सरकारने येत्या पंचवार्षिक योजनेत करावी. त्यामुळे आकाशवाणीवर सध्यापेक्षा अधिक मनोरंजक कार्यक्रम होऊ लागतील. शिवाय 'प्रेम', 'संसार' वगैरे वगैरे गोष्टींवर कितीतरी प्रकाश पडेल.

बायकोला मी भाजीचा हिशेब दिला, तेव्हा एकंदरीत साडेपंधरा आण्यांची मी खरेदी केली आहे, असे आढळून आले. त्यातल्या सहा पैशांच्या खर्चाला तिने

मान्यता दिली. बाकीची सर्व खरेदी माझ्या उधळ्या स्वभावामुळे झाली, असे तिने स्पष्ट सांगितले. ती आजारी... घरात स्वयंपाक नाही, तेव्हा व्यवहारदृष्ट्या तिचे म्हणणे बरोबरच होते. पण तिच्या मताने मी गमावलेले चौदा आणे खरोखरच व्यर्थ गेले होते काय?

मला नाही तसे वाटत. या चौदा आण्यांत मी जो आनंद मिळविला होता, त्याची किंमत चौदा रुपयांनीसुद्धा होऊ शकणार नाही. दुपारी भात-भाकरीबरोबर खाण्याकरिता माणसाला भाजी लागते, हे खरे आहे; पण ती त्याच हेतूने आणल्यामुळे तिच्या सौंदर्याकडे आपले लक्ष जात नाही. केवळ एक उपयुक्त वस्तू म्हणून आपण तिच्याकडे पाहतो. पण माणसाचे मन जोपर्यंत एखाद्या वस्तूच्या उपयोगापलीकडे तिचा विचार करीत नाही, तोपर्यंत तिच्यातल्या काव्याची त्याला जाणीव होत नाही. आपल्या भोवतालच्या चराचरात असे काव्य भरले आहे. पण पावलोपावली उपयुक्ततेची झापडे लावून आपण जीवन कंठीत असतो. त्यामुळे ते काव्य आपल्याला दिसत नाही. आज सकाळी तासभर ती झापडे मी दूर फेकून देऊ शकलो. त्या दोन घटकात, व्यवहाराच्या पिंजऱ्यात बंदिवान होऊन पडलेल्या माझ्या मनाच्या पाखराला आपल्या पिंजऱ्याचे दार उघडले आहे, असे आढळून आले. ते चिवचिवत बाहेर पडले, आपल्या चिमुकल्या पंखांची वल्ही मारीत वायुलहरी कापीत सुटले. निळसर आभाळाच्या, थोडे का होईना, जवळ गेले. हा भास क्षणिक असेल, पण अशा असंख्य क्षणिक दिव्य भासांसाठीच मनुष्य जगत असतो, नाही का?

१९५६

■

कपाटातले कुठलेही पुस्तक सहज उघडले, तरी फार वर्षांनी एखादा मित्र भेटला, तसे मला वाटते. त्यात निळ्या आणि तांबड्या रंगाच्या पेन्सिलींनी केलेल्या अनेक खुणा मला भेटतात. ते पुस्तक पहिल्यांदा वाचताना ज्या अपूर्व आनंदाचा आस्वाद मी घेतलेला असतो, त्याची ती विविध प्रतिबिंबे असतात. या ओळखीच्या मित्रांच्या मदतीने मी पुन्हा त्या स्वानंद साम्राज्यात प्रवेश करतो आणि त्या सुखाचा मनसोक्त उपभोग घेतो. पुस्तक पुन्हा न वाचता, ते वाचल्याचे सुख मला होते. थकून गेलेल्या प्रवाशाने एखाद्या रम्य स्थानापाशी थांबावे आणि त्याचा सर्व शीण नाहीसा व्हावा, तशी तांबड्या पेन्सिलीने केलेल्या या खुणा दिसताच माझी स्थिती होते.

इब्सेनच्या 'Doll's House'मध्ये ज्याच्यावर आपण प्रेम करतो, त्याच्यासाठी सर्वस्वाचा त्याग करण्याचा प्रश्न उद्भवतो. 'कोणीही पुरुष असा त्याग करणार नाही' असे नवरा तावातावाने सांगतो. लगेच बायको उत्तर देते, 'आजपर्यंत हजारो स्त्रियांनी त्याग केला आहे.' एखाद्या टोकदार बाणाप्रमाणे हे वाक्य मला वाटते. त्याचा नेम किती अचूक आहे! त्या एका वाक्यामागे सीता-सावित्रीपासून आजकालच्या एखाद्या सामान्य अज्ञात संसारी स्त्रीपर्यंत अनेक ललनांचा लोकविलक्षण त्याग लपलेला आहे, याची जाणीव मला होते. या संवादातून व्यक्त झालेले जीवनाचे उग्र आणि उदात्त स्वरूप एका क्षणात माझे मन उजळवून टाकते. मीपणाच्या कुंपणापलीकडे जाऊन ते क्षितिजाची पायधूळ मस्तकी धारण करते.

कोल्हटकरांच्या 'मूकनायका'त 'दया आणि प्रीती यामध्ये फारच थोडे अंतर असते' असे एक वाक्य आहे. ज्या ज्या वेळी मी सहज मूकनायक उघडतो, त्या त्या वेळी मला हे वाक्य वाचण्याचा मोह अनावर होतो. ते वाक्य नायक-नायिकांच्या विनोदी आणि कल्पनारम्य संभाषणात आले असले, तरी ते मला जीवनसागराच्या तळाशी घेऊन जाते. प्रत्येक मानवी भावना शेवटी त्यागाशी कशी

पुस्तकातल्या खुणा

/१७/

निगडित झालेली आहे, याचा मी विचार करू लागतो. मग 'Beware of pity' या इ्वाइगच्या कादंबरीतले करुणरम्य कथानक माझ्या डोळ्यापुढून झरझर सरकू लागते. दया काय किंवा प्रेम काय, ही केवढी उग्र दैवते असतात आणि त्यांना संतुष्ट करण्याकरिता माणसाचे मन किती विशाल आणि सहानुभूतीपूर्ण व्हावे लागते, हे आंधळ्या पत्नीशी समरस होणारा डॉक्टर कॉनडॉर जेव्हा आपल्या कृतीने दर्शवितो तेव्हा मी सद्‌गदित होऊन अगदी निराळ्या प्रकारचे दिव्य सुख अनुभवतो.

'पुण्यप्रभावा'त वसुंधरा दीनाराच्या रिकाम्या पाळण्याला झोके देऊन 'नीज गुणी बाळ झणी' हे करुण गीत म्हणत असते. तिचा पती भूपाल तिथे येतो. त्याला वसुंधरा म्हणते,

"जड जगाचा देहमात्र दीनार मेला. आपला प्रेमस्वरूप दीनार या पाळण्यात खेळत आहे."

मुलाच्या मृत्यूच्या कल्पनेने भांबावून गेलेला भूपाल तिला विचारतो,

"या रिकाम्या पाळण्यात मला दीनार कसा मिळणार?"

ती शांतपणे उत्तर देते,

"मग या रिकाम्या जगात आपल्याला परमेश्वर तरी कसा दिसणार?"

रूढ अर्थाने मी आस्तिक नाही. मी कुठल्याही मूर्तीची कधीही पूजा करीत नाही. मानवाच्या सुख-दुःखाची सारी सूत्रे मंदिरात, मशिदीत अथवा मिलागरीत बसलेल्या एखाद्या अदृश्य शक्तीकडून हालविली जातात, या गोष्टीवर माझी श्रद्धा नाही. पण वसुंधरेचे उत्तर मला अस्वस्थ करून सोडते आणि मग वसंतातल्या पालवीत, वर्षाकालातल्या पर्जन्यधारांत, उन्हाळ्यातल्या गार झुळुकीत, पावसाळ्यातल्या झंझावातात... किंबहुना शिशिरातल्या चावऱ्या वाऱ्यातसुद्धा परमेश्वराचे ओझरते दर्शन मला होऊ लागते.

जीवनाचे करुण आणि गंभीर स्वरूप दर्शविणाऱ्या अशा उक्तीवरच माझ्या खुणा असतात, असे नाही. रणदिवे हे काही फार प्रसिद्ध कवी नाहीत. पण चाळीस वर्षांपूर्वी मी वाचलेल्या त्यांच्या एका कवितेतील 'चल ये वेडे, का घेतिस आढेवेढे' या ओळीच्या खाली मी तांबड्या पेन्सिलीने केलेली खूण अजून पुसट झालेली नाही. त्या वेळेला मी पंधरा-सोळा वर्षांचा मुलगा होतो. आपल्या आयुष्यात येणारी ही 'वेडी' कोण आहे, याची त्यावेळी मला काडीइतकीदेखील कल्पना नव्हती. पुढे योग्य वेळी त्या वेडीने माझ्या जीवनात प्रवेश केला. जगातली सारी शहाणपणे ज्याच्या पायावर लोटांगणे घालतात, असे प्रेम हे मोठे विचित्र आणि उदात्त वेड आहे, हे तिच्या संगतीत मी पूर्णपणे अनुभवले. गेली सत्तावीस वर्षे रणदिव्यांच्या या दोन ओळींनी मला अनेकदा अपूर्व आनंद दिला आहे आणि आता त्या वेडीचा आणि या वेड्याचा सहप्रवास केव्हा संपेल, याचा नेम नाही. अशी धाकधूक मनाला

एकसारखी चाटून जात असतानाही त्या ओळीतली गोडी रतिभरही कमी झालेली नाही.

माझ्या कपाटातल्या पुस्तकात निळ्या-तांबड्या पेन्सिलीने केलेल्या अशा खुणा फार नाहीत. पण ज्या आहेत, त्यांचे सौंदर्य कधीही कोमेजत नाही. त्याची गोडी कधीही कमी होत नाही. अशा खुणा केलेली सर्व वाक्ये एकत्रित केली, तर पाच-पन्नास पानांचे पुस्तकसुद्धा होणार नाही, पण त्या छोट्या पुस्तकात साऱ्या विश्वाचे दर्शन कुणालाही निश्चितपणे होईल!

आपला जीवनग्रंथही असाच असतो, नाही का? त्याच्या पानापानांवर आपण पैशापासून प्रतिष्ठेपर्यंत अनेक गोष्टी लिहितो. पण त्या सर्वांची हा हा म्हणता काळी शाई होते. मात्र एखाद्या पानावर काही ओळी सदैव सुवर्णाक्षरात लखलखत राहतात. त्या वाचताना आपण खरेखुरे जीवन जगल्याची जाणीव मनाला होते. प्रीतीचे, मैत्रीचे, त्यागाचे, करुणेचे, वीरत्वाचे आणि अशाच इतर भावनांचे उत्कट क्षण हेच आपल्या आयुष्यातले अमर धन असते. त्यांच्या चिंतनामुळेच जगण्यात किती मोठा आनंद आहे, याचा विसर माणसाला पडत नाही आणि म्हणूनच मृत्यू हे जन्माचे जुळे भावंड आहे, हे ठाऊक असूनही तो त्याच्या स्वागताला नेहमी अनुत्सुक असतो!

१९५४

■

माणसाच्या मनात केव्हा केव्हा केवढी विलक्षण क्रांती होते, पाहा! आज मी मच्छरदाणीचा परमभक्त झालो आहे. मरणानंतर देवदूत मला स्वर्गाकडे घेऊन जाऊ लागले (आपण स्वर्गाला जाणार, अशी प्रत्येकाचीच खात्री असते) की, त्यांना मी जे पहिले चार-पाच प्रश्न विचारीन, त्यात 'स्वर्गात चांगला चहा मिळतो ना?' आणि 'स्वर्गात मच्छरदाणी असते ना?' हे दोन नि:संशय असतील. हे प्रश्न ऐकून त्या देवदूतांनी नकारार्थी मान हलविली, तर मी लगेच स्वर्गाकडे पाठ फिरवून चालायला लागेन. तिथल्या अमृताशी मला काही कर्तव्य नाही. जिथे फक्कड चहा मिळेल, तोच माझा स्वर्ग! अप्सरांचे तर मला बिलकूल आकर्षण नाही. स्वर्गातला त्यांचा तांडा पाहून आपण एखाद्या चित्रपट कंपनीच्या स्टुडिओत शिरलो आहोत, अशीच कल्पना माझ्या मनात येईल. त्यांनी कितीही रंगरंगोटी केली असली, तरी त्यांची तोंडे बघत मी एक क्षणसुद्धा वाया घालविणार नाही. मी माझ्या मार्गदर्शकाला ताडकन विचारीन,

'इथं आमसुलाचं सार असतं ना? आणि कांद्याची कोशिंबीर? लिहिण्याकरिता चांगल्या पेन्सिली मला इथं मिळतील का? आणि मच्छरदाणी? स्वर्गात डास नसले तरी मला मच्छरदाणी हवी! तरच इथं राहण्यात मजा आहे. नाही तर...'

मच्छरदाणीविषयीचे माझे हे प्रेम जन्मजात आहे, असे मात्र कुणी समजू नये. मात्र लहानपणी मी तिचा कट्टर शत्रूच होतो म्हणानात! तिच्याविषयी माझ्या मनात द्वेष निर्माण व्हायला तशीच जबरदस्त कारणे घडली. मी चार-पाच वर्षांचा असताना माझ्या एका मामेबहिणीचे लग्न निघाले. साऱ्याच मुलांना लग्नात मिरविण्याची मोठी हौस असते. दोन मोठी मुले पाहुण्यांच्या स्वागताकरिता सज्ज झाली. एकाने गुलाबदाणी पळविली, दुसऱ्याने अत्तरदाणी लंबे केली. मला काहीच शिल्लक उरले नाही. तेव्हा मी मामांना म्हटले,

'मी मच्छरदाणी देतो पाहुण्यांना!'

मच्छरदाणी

/१८/

माझा तो उद्‌गार ऐकून सारी मंडळी खो खो करून हसू लागली. ती का हसताहेत, हे मला कळेना. त्यावेळी मच्छरदाणी हा शब्द तेवढा मी ऐकला होता. साहजिकच गुलाबदाणी व अत्तरदाणी यांची ती बहीण असावी, अशी माझी तिच्याविषयी प्रामाणिक कल्पना होती.

त्या दिवशीच्या फजितीमुळे मच्छरदाणीविषयी माझ्या मनात जी अढी बसली, ती शाळेत जाऊ लागल्यावर अधिकच दृढ झाली. 'मांसमच्छर' या शब्दाचा अर्थ कळताच मच्छरदाणीविषयी आपले जे वाईट मत झाले आहे, ते काही अकारण नाही, अशी खात्री झाली. कढीभातखाऊ जातीत माझा जन्म झालेला! एका दशग्रंथी ब्राह्मणाचा मी नातू. त्यामुळे मांसमच्छराविषयी माझ्या मनात एक प्रकारचा उपजत तिटकारा होताच! त्याला व्युत्पत्तिशास्त्राने जोराचा पाठिंबा दिला आणि उभ्या जन्मात मच्छरदाणीला स्पर्श करायचा नाही, अशी मी मनातल्या मनात भीष्मप्रतिज्ञा केली.

समुद्रकाठी शिरोड्याला राहत होतो, तोपर्यंत माझी प्रतिज्ञा कशीबशी पार पाडली. पण आम्ही कोल्हापूरला राहायला आलो, तेव्हा मात्र ती डळमळू लागली. या नव्या जागी संध्याकाळ झाली, की डासांच्या पलटणींच्या पलटणी सज्ज झालेल्या दिसत. त्यांच्या गुंजारवाने माझे डोके उठून जाई आणि अंथरुणावर जाऊन पडल्यानंतर हे सारे शूर शिपाई अशा त्वेषाने माझ्यावर तुटून पडत की, 'चार्ज ऑफ दि लाईट ब्रिगेड' ही कविता लिहिणाऱ्या टेनिसनवर या डासांनी असा हल्ला चढविला असता, तर वर्णनाच्या दृष्टीने त्याची कविता आहे त्यापेक्षासुद्धा अधिक सरस झाली असती, असा विचार माझ्या मनात आल्यावाचून राहत नसे. कुठेतरी वाजणारे दहा, अकरा, बारा, एक, दोन हे टोले मोजीत मी काही रात्री अशाच घालविल्या. पण शेवटी मलेरियाचा प्रसाद मिळताच मला मुकाट्याने मच्छरदाणीचा आश्रय करावा लागला.

मच्छरदाणीतील ती पहिली रात्र अजूनही मला आठवते. नेहमी कानाशी ऐकू येणारे डासांचे संगीत मच्छरदाणीबाहेर सुरू असल्यामुळे चित्रपटातल्या पार्श्वसंगीतासारखे वाटत होते. वारंवार अंग खाजविणे, कानाशी गुणगुणणारा डास मारण्याच्या नादात स्वत:च्या श्रीमुखात भडकावणे, मधेच तोंडावरून पांघरूण घेणे व थोड्या वेळाने घुसमटल्यासारखे वाटल्यामुळे ते काढून टाकणे, इत्यादी रोजची पवित्र कर्तव्ये करायची नसल्यामुळे मला खरोखर चटकन झोप यायला हवी होती. पण त्या रात्री काही केल्या ती माझ्या वाऱ्याला उभी राहीना. आपल्याला कुणीतरी तुरुंगात टाकले आहे, असे राहून राहून मला वाटत होते. तुरुंगात जाऊन देशभक्त होण्याचे ते दिवस असल्यामुळे या कारागृहवासाचे मी कौतुक करायला हवे होते, पण माझ्या स्वभावात साहस नसल्यामुळेच की काय, देशभक्त होण्याची ती कल्पना काही केल्या मला रुचेना. मी ताटकळलेल्या डोळ्यांनी साऱ्या जगाचा आणि माझा संबंध

तोडून टाकणाऱ्या त्या मच्छरदाणीकडे पाहत होतो. बुरख्याविरुद्ध चळवळ करणारे लोक मच्छरदाणीविरुद्ध 'ब्र'सुद्धा का उच्चारीत नाहीत, याचे मला मोठे नवल वाटत होते. मच्छरदाणीत झोपणारा मनुष्य सुखवस्तू असला पाहिजे, अशी सर्वसामान्य समजूत आहे. व्युत्पत्तिशास्त्रज्ञ आणि पुराणवस्तूसंशोधक या दोघांची चिकाटी एकत्रित करून ती रूढ होण्याचे कारण मी शोधू लागलो. शेवटी ते मला सापडले, तेव्हा मी आनंदाने टाळ्या वाजविल्या. स्नान करता करता एका सिद्धान्ताचा शोध लागला, म्हणून तसाच बाहेर धावत येणारा कुणी शास्त्रज्ञ होऊन गेला आहे ना? तशी माझी स्थिती झाली होती. मी अंगावरले पांघरूण फेकून आणि मच्छरदाणी फाडून बाहेर यायला हवे होते. ओरडून साऱ्या जगाला माझा शोध जाहीर करायला हवा होता. मच्छरदाणीच्या माहात्म्याचे मूळ मी शोधून काढले होते. आपल्या पुराणकथांत इंद्र सहस्त्राक्ष मानला गेला आहे. पण इंद्राला हजार डोळे असले, तर मच्छरदाणीला हजारो असतात. साहजिकच ती इंद्रापेक्षा श्रेष्ठ ठरली. अशा मच्छरदाणीत जो झोपतो, त्याला लोकांनी भाग्यशाली म्हणू नये, तर काय करावे?

मच्छरदाणीत झोपणे हळूहळू माझ्या अंगवळणी पडू लागले. पण तिच्याविषयी वाटणारा परकेपणा कितीतरी दिवस माझ्या मनात डाचत होता. डासांसारख्या वैमानिकांपासून स्वत:चा बचाव करून घेण्याकरिता आपल्याला नाइलाजाने तिचा आश्रय करावा लागत आहे, अशी मी माझ्या मनाची दररोजची समजूत घालीत होतो. मच्छरदाणी ही एरंडेलसारखी एक गोष्ट आहे. शरीरस्वास्थ्याच्या दृष्टीने आपण तिचे स्वागत केले पाहिजे. पण माणसाच्या मनात तिला कधीही स्थान मिळणे शक्य नाही, असे माझे अनुभवांती ठाम मत बनून गेले.

पण लवकरच माझ्या या मताला मोठा धक्का बसला. तो दिला दिग्दर्शक विनायक यांनी. माझा 'देवता' चित्रपट तयार होत होता. त्यावेळी त्या चित्रपटातील उपनायिका पुष्पा हिला तिचा प्रियकर अशोक याचे एक पत्र येते. अठरा-वीस वर्षांची नुकतीच प्रेमात पडलेली मुलगी असले पत्र जसे वाचील, तसे ती वाचते. पुष्पेच्या वर्णनातून आणि उद्गारातून लाडिकपणा, स्वप्नाळूपणा, लटका रुसवा, इत्यादींचे मधुर मिश्रण मी सूचित केले होते. विशेषत: पत्राच्या शेवटी अशोकने लिहिलेल्या 'तुझा' या शब्दावरच्या तिच्या नाजूक मल्लिनाथीवर मी स्वत: अगदी खूश होतो. 'तुझा' ही दोन अक्षरे वाचून चित्रपटातली पुष्पा म्हणते, 'म्हणे, तुझा! पुढं 'च' लिहायला काय झालं होतं? फाऊंटनपेनातली शाई नेमकी याच वेळी संपली असेल, नाही?'

या प्रसंगात काव्य आहे... एखाद्या सशाच्या पिलासारखे किंवा हरणाच्या पाडसासारखे भासणारे काव्य आहे, याची जाणीव तो लिहिताना मला झाली होती. पण त्यात किती काव्य आहे, हे विनायकांनी तो चित्रित केल्यावर मला कळले.

त्यातले सारे काव्य त्यांनी प्रकट केले होते, ते मच्छरदाणीच्या आश्रयाने!

ते दृश्य पडद्यावर मी प्रथम ज्या क्षणी पाहिले, तेव्हा माझे मन पुलकित होऊन गेले. मच्छरदाणीचा किती नाजूक, किती भावपूर्ण उपयोग त्या कल्पक आणि चतुर दिग्दर्शकाने केला होता. पुष्पाच्या हातात अशोकाचे पत्र पडते. प्रियकराचे पत्र वाचण्याकरिता प्रेयसीला एकान्ताचा आश्रय करणे प्राप्तच असते. साहजिकच पुष्पा आपल्या खोलीतल्या पलंगावर जाऊन बसते आणि पत्र फोडण्याकरिता हातात घेते. पण काही झाले, तरी ते दोन हृदयांचे गोड गुपित होते. ते तिसऱ्या कुणाला कळू द्यायचे? छे छे! प्रीतीचे राज्य साऱ्या जगावर पसरले असले, तरी त्यात फक्त दोनच माणसे सुखाने नांदू शकतात! पुष्पाने हळूच पलंगावर टाकलेली मच्छरदाणी खाली ओढली. तिचे दार अर्धवट उघडे राहिले होते. त्या फटीतून चोरून येणारी वाऱ्याची झुळूक आपल्या पत्रातला सुगंध कदाचित पळवून नेईल, या भीतीने तिने ते दार नीट लावून घेतले आणि मग 'प्रिय पुष्पा' हे पत्रातले शब्द उच्चारले.

अगदी सोपे, अगदी छोटे असे हे दृश्य पाहताना मला जो आनंद झाला होता, त्यापूर्वी मी एकदाच अनुभवला होता... बालकवींची 'फुलराणी' ही कविता वाचताना! त्या दृश्याने मला दिलेल्या आनंदाचे निम्मे श्रेय पुष्पेच्या त्या मच्छरदाणीला होते.

त्या विलक्षण आनंदाच्या क्षणी मच्छरदाणीविषयीच्या माझ्या मनातल्या सर्व शंकाकुशंका नाहीशा झाल्या. ती माझी जिवलग मैत्रीण झाली. साधी मैत्रीण नाही, कवयित्री असलेली मैत्रीण! चांदण्याच्या दिवसांत मच्छरदाणीत पडून खिडकीतून येणाऱ्या चंद्रिकेशी लपंडावाचा खेळ गेल्या दहा-बारा वर्षांत मी किती वेळा खेळलो आहे, म्हणून सांगू? आणि मच्छरदाणीतून काळोखाकडे पाहण्यातसुद्धा मोठी मौज आहे हं! मच्छरदाणीच्या बाहेरचा काळोख आपल्याला दाट वाटतो. त्या मानाने आतला किंचित उजळलेला असतो. बागुलबोवाच्या भयाने आईच्या कुशीत शिरल्यावर बालकाला त्या बोवाची तितकीशी भीती वाटत नाही, तशी मच्छरदाणीत काळोखाची तीव्र जाणीव होत नाही, असा माझा अनुभव आहे.

मच्छरदाणीच्या नाजूक जाळीदार अंगाकडे पाहता पाहता झोपी गेले की, किती गोड स्वप्ने पडतात माणसाला. निदान मला तरी ती गुदगुल्या करून जातात. मच्छरदाणीच्या जाळीकडे पाहता पाहता केव्हा केव्हा जाळीचे सोन्याचे बिलवर मला दिसू लागतात. ती सोन्याची कंगणे घातलेले हात हळूच माझ्या मस्तकाला स्पर्श करतात. त्या स्पर्शाने माझ्या साऱ्या चिंता आणि काळज्या कुठल्या कुठे नाहीशा होतात. ते हात पलीकडल्या खोलीत गाढ झोपी गेलेल्या माझ्या पत्नीचे असतात, की निद्रेचे असतात, हे मी सांगू शकत नाही.

कधीकधी अंधारात जाळीदार मच्छरदाणीकडे पाहता-पाहता भवितव्यतेविषयीचे विचार माझ्या मनात येतात. मग मच्छरदाणीबाहेरचे काजळलेले जग मला अज्ञात

भविष्यासारखे भासू लागते. या भविष्याच्या पोटातून काय बाहेर पडेल आणि काय नाही, हे कुणी सांगावे? अशा वेळी मला वर्तमानाची महती पुरेपूर पटते. आपल्याला लाभणारा प्रत्येक क्षण किती मोलाचा आहे, याची जाणीव तीव्रतेने होते. कितीदा तरी आपल्याला जे मिळाले नाही, त्याचा खेद करण्यापेक्षा जे मिळाले आहे, त्याचा आनंद मानीत मच्छरदाणीत मी शांतपणे झोपी गेलो आहे.

अशा अनेक स्वप्नांची, विचारांची आणि नव्या नव्या कल्पनांची सोबतीण म्हणून तर मच्छरदाणी मला आवडतेच, पण अलीअलीकडे आणखी एका कारणामुळे ती मला प्रिय झाली आहे. जीवन म्हटले, की माझ्या डोळ्यांपुढे एक प्रचंड वृक्ष नेहमी उभा राहतो. ज्याची मुळे काव्यात रुजली आहेत, पण ज्याच्या शाखांची अग्रे तत्त्वज्ञानाला स्पर्श करीत आहेत, असा विचित्र विशाल वृक्ष आहे तो! ही जाणीव पूर्वी मला नव्हती असे नाही, पण ती फार अंधूक होती. आताआताशा या वृक्षाचे स्वरूप मला स्पष्टपणे दिसू लागले आहे. याबाबतीतले माझे गुरुपद मच्छरदाणीकडे आहे, हे मी निःसंकोचपणे मान्य करतो. आजारी नसताना, अगदी भरदिवसा मच्छरदाणी सोडून मी माझ्या खाटेवर अनेकदा पडतो. इतरांना हा एक विक्षिप्तपणाचा प्रकार वाटतो. पण मला मात्र त्यामुळे समाधान मिळते. या मच्छरदाणीच्या चिमुकल्या जगात माझे वाचनाचे, चिंतनाचे, मधुर स्मृतींचे आणि मधुरतर स्वप्नांचे काम एकाग्रपणाने चालू राहते.

मच्छरदाणीचे चिमुकले जग, असे मी म्हटले नाही का? हे खास माझे जग आहे. प्रत्येक मनुष्याला एकाच वेळी दोन जगात राहावे लागते. एक बाहेरचे विशाल जग आणि दुसरे त्याचे स्वतःचे चिमणे जग. बाहेरच्या विशाल जगापासून दूर पळून जाण्याचा पंथ... मग तो जीवनातला संन्यासवाद असो अथवा वाङ्मयातला सौंदर्यवाद असो... मला कधीच पटलेला नाही. मात्र आयुष्यातले कडू-गोड, चित्र-विचित्र अनुभव घेता घेता एक गोष्ट मला आता पूर्णपणे कळून चुकली आहे. ज्या जगात आपल्याला राहायचे आहे, त्याच्या सुखदुःखांशी आपण समरस झाले पाहिजे, हे खरे असले तरी त्या जगातच आपले स्वतःचे एक खास चिमणे सुंदर जग निर्माण करायला माणसाने शिकले पाहिजे. अगदी जगन्मित्र मनुष्यसुद्धा काही काही बाबतींत एकाकी असतो... माळरानावरून, अमावस्येच्या मध्यरात्री भटकणाऱ्या भुताइतका! आपले विचार, आपल्या भावना, आपल्या आवडीनिवडी, आपल्या लहरी, आपल्या वासना यात इतकी गुंतागुंत असते, त्यात इतकी फुले आणि इतके काटे असतात की, त्या सर्वांचे प्रदर्शन परक्यापुढे तर राहोच, पण घरातल्या माणसांपुढे किंवा जिवलग मित्रांपुढेसुद्धा आपल्याला करता येत नाही. मन उघडे करणे हा प्रयोग भाषेच्या दृष्टीने ठीक आहे, पण अनुभवाच्या दृष्टीने? खरोखर माणसाला आपले मन उघडे करून दाखविता येते का? लहान मुलाच्या संग्रही नाना

तऱ्हांच्या सुंदर फुटक्यातुटक्या वस्तू असतात. पिसे, मणी, तिकिटे, चित्रे जे जे दिसेल आणि क्षणभर आकर्षित करील, त्याचा त्याचा ती संग्रह करीत सुटतात. प्रौढ माणसांची मनेसुद्धा अशीच असतात. अतृप्त इच्छा, अनावर आशा, भंग पावलेली स्वप्ने, हातून झालेल्या चुका, इत्यादिकांचे अशा मनातले संमेलन जेवढे प्रचंड, तेवढेच विलक्षण असते. ते ज्याचे त्याला पाहता येते, त्यात रमता येते. पण ते दुसऱ्यापुढे उघडे करून दाखविणे? छे! अगदी स्थितप्रज्ञालासुद्धा ते शक्य नाही. आत्मचरित्राचे लेखन हा एक असाच मन उघडे करून दाखविण्याचा प्रकार आहे. पण तो किती अवघड आहे, याचा अनुभव आपल्याला वारंवार येतो. अनेक आत्मचरित्रांचा कल मन उघडे करण्यापेक्षा ते किलकिले करून दाखविण्याकडे असतो, तो काय उगीच?

माणसाला आवश्यक असलेले हे स्वतःचे चिमणे जग तत्त्वज्ञांना आणि कलावंतांना आपल्या बुद्धीच्या किंवा भावनेच्या बळावर निर्माण करता येत असेल. पण सामान्य मनुष्यापाशी तसली कुठली मोठी शक्ती नसते. मात्र त्यांच्याइतकीच त्यालाही या जगाची आवश्यकता भासते. हे नवे जग तो मच्छरदाणीच्या साहाय्याने निर्माण करू शकतो, असा माझा अनुभव आहे. इतरांनी तो अवश्य घेऊन पाहावा. मात्र माझा अनुभव त्यांना पटला नाही, तर मी मच्छरदाण्यांचा कारखाना काढला आहे, असा कृपा करून त्यांनी गैरसमज करून घेऊ नये.

१९५२
∎

आजारीपणाचे अनेक फायदे असतात. त्यापैकी काही भानुदास नावाच्या कवीने- हा संत भानुदास नव्हे हं!- एका मजेदार बालगीतात ग्रथित केले आहेत. त्या कवितेचा बालनायक आपल्याला आजारी पाडण्याविषयी परमेश्वराची मन:पूर्वक प्रार्थना करतो. मनुका-बेदाणे यथेच्छ खाण्याची, हवे तेव्हा सोडा-लेमन मागण्याची, चोवीस तास अंथरुणावर लोळत राहण्याची आणि एरवी उठल्यासुटल्या गुरगुरणाऱ्या घरातल्या वडील माणसांना आपल्यापुढे पावलोपावली वाकविण्याची आजार ही त्या दृष्टीने सुवर्णसंधी असते. ना. मा. संतांनी आपल्या एका लघुनिबंधात आजारीपणाची अशीच आणखी काही सुखे वर्णन केली आहेत. त्या लघुनिबंधाचा नायक तरुण, विवाहित व काव्यप्रेमी असल्यामुळे या बालनायकाला न सुचलेल्या अनेक गोष्टी त्याने रसभरीत रीतीने वर्णन करून सांगितल्या आहेत. कोलनवॉटरचा मंद सुगंध, पत्नीचा हस्तस्पर्श, पुस्तक वाचनाचा आनंद वगैरे वगैरे. असे असूनही आजारीपणाच्या एका मोठ्या फायद्याकडे या दोघांचेही दुर्लक्ष झाले आहे, असे मला परवा वाटले. ती गोष्ट म्हणजे दररोज उठल्याबरोबर दाढी करण्याची आपत्ती टाळणे! मनुका-बेदाण्यावर खूश होणाऱ्या त्या सात-आठ वर्षांच्या बालनायकाला दररोज कराव्या लागणाऱ्या दाढीचे दु:ख ठाऊक असणे शक्य नाही. संतांच्या नायकाच्या लक्षात ही गोष्ट यायला हवी होती... पण तो दिवसातून दोन वेळा दाढी करण्याचा शौक असलेला आधुनिक तरुण असण्याचा संभव आहे, हे आपण विसरता कामा नये!

ते काही असो. परवा तापाने आजारी पडल्याबरोबर मला जर कसला आनंद झाला असेल, तर तो आता चार दिवस दाढी करावी लागणार नाही, याचा! दाढी हे दैनिक वृत्तपत्राप्रमाणे मोठे चिकट काम आहे. ती केल्याने चेहरे चांगले दिसतात, असेही नाही. कित्येकदा ते अधिक ओंगळ, कृत्रिम आणि अस्वाभाविक वाटतात. पण व्यासपीठावर कुणी बंडखोरपणाच्या कितीही गप्पा मारल्या, तरी प्रत्येकजण रूढीचा बंदा गुलाम असतो, हेच खरे. दैनंदिन दाढी ही अशीच एक क्रूर, राक्षसी

पृथ्वी वाटोळी आहे

/१९/

रूढी आहे. चडफडत का होईना, सारे पुरुष रोज सकाळी तिला मुकाट्याने शरण जातात. या राक्षशिणीच्या कचाट्यातून चार दिवस मुक्त होण्याची संधी मिळाल्यामुळे तापाचा दुसरा दिवस मी मोठ्या आनंदात काढला. तिसऱ्या दिवशी मी माझ्या तोंडावरून हात फिरवून पाहिला. 'दाढीचे खुंट' किंवा असलेच दुसरे काही शब्दप्रयोग करणारे लोक शुद्ध बैल असले पाहिजेत, असे मला वाटले. जमिनीतून नाजूकपणाने वर डोकावून पाहणाऱ्या तृणांकुरांची उपमा ज्या दाढीला शोभेल, तिला असल्या बथ्थड नावाने संबोधणाऱ्या अरसिकांची मला कीव आली.

आणखी एक-दोन दिवस गेले. माझा ताप काही केल्या हटत नव्हता. सारे शरीर बेचैन होऊन तडफडत होते. त्यातल्या त्यात सुखी असा त्याचा एक भाग होता, तो म्हणजे माझा चेहरा! आता दोन्ही गालावरून हात फिरविताना विचित्र खरखरीतपणा जाणवू लागला होता. नाही असे नाही, पण आपली दाढी हळूहळू वाढत आहे, या आनंदात त्या अप्रिय स्पर्शाकडे मी लक्ष दिले नाही. रवींद्रनाथ टागोर, डॉ. मुंजे, अशोक मेहता, आचार्य भागवत वगैरे प्रसिद्ध व्यक्तींचे चेहरे माझ्या डोळ्यापुढे पुन:पुन्हा उभे राहू लागले. दाढी वाढलेला आपला असाच एखादा रुबाबदार फोटो वर्तमानपत्रात छापण्याचा सुयोग आला, तर काय बहार येईल, हा विचार मला रोमांचित करून सोडू लागला. 'पुरुषाचे सौंदर्य त्याच्या दाढीमिशांवर अवलंबून असते' हे 'पुण्यप्रभावा'तले कंकणाचे विधान मी आजपर्यंत विनोदी मानत आलो आहे. पण त्यात खोल अर्थ भरलेला आहे, असा भास आता मला होऊ लागला. आदले दिवशी लावलेल्या झाडाला दुसऱ्या दिवशी फुले-फळे येणार, अशी लहान मुलांची कल्पना असते ना! पाच-पाच मिनिटानी तापाने फणफणणारा हात चेहऱ्यावर फिरवून मीही माझ्या वाढत्या दाढीचा त्याच उत्सुकतेने विचार करू लागलो.

पण एकदम एक विचार माझ्यापुढे दत्त म्हणून उभा राहिला! माझे मनोराज्य क्षणार्धात खलास होते की काय, असे मला वाटू लागले. रोज रोज दाढी करायची कटकट चुकविण्याकरिता हा नवा प्रयोग मी करून पाहणार होतो. पण वाढलेल्या दाढीचीसुद्धा काहीतरी निगा राखावी लागत असेलच की! वाढलेली दाढी हे अगदी शुद्ध जंगल आहे, असे मानले तरी जंगलाच्या बाबतीतदेखील आधुनिक काळात शेकडो नियम आणि हजार लफडी असतातच ना! वाढलेली दाढी विंचरावी लागत असेल! बागेतले गवत नीटनेटके दिसावे, म्हणून शास्त्रोक्त कापतात तशी तिची वेळोवेळी काटछाट करावी लागत असेल. छे! दाढी करण्यापेक्षा दाढी वाढविणे हे बिकट काम आहे की काय, हे मला कळेना.

या नव्या ध्येयाविषयी मनाची अशी चलबिचल चालू असताना आणखी दोन-तीन दिवस लोटले. आता तापाने मला अगदी हैराण करून सोडले होते. दररोजचा

दाढीचा त्रास चुकला, एवढीच काय ती त्यातल्या त्यात माझ्या दृष्टीने आनंदाची गोष्ट होती. पण हा आनंद अधिक दिवस मला उपभोगायला मिळावा, अशी निष्ठुर दैवाची इच्छा नव्हती! एके दिवशी तोंड धुतल्यावर जीभ पाहण्याकरिता म्हणून मी आरसा मागितला. तो तोंडासमोर धरून मी जीभ बाहेर काढणार, इतक्यात आरसा हातातून गळून पडून त्याचे तुकडे तुकडे होतात की काय, अशी भीती मला वाटू लागली. आरशासारखा मनुष्याचा वैरी जगात दुसरा कोणीही नसेल. त्यात दिसलेला माझा तो भयानक चेहरा... मी असाच घराबाहेर पडलो, तर या दारूबंदीच्या काळात माझ्या तोंडाचा वाससुद्धा न घेता पोलीस मला पकडल्याशिवाय राहणार नाहीत, अशी माझी खात्री झाली. 'एकच प्याला'त उन्मादावस्थेतल्या सुधाकराची जी दाढी दिसते, ती माझ्या दाढीच्या मानाने कितीतरी व्यवस्थित असते. आपला चेहरा कुरूप असला, तरी तो सर्वसाधारण सभ्य गृहस्थाला शोभणारा आहे, अशी माझी या क्षणापर्यंत कल्पना होती. पण आरशातल्या त्या विचित्र प्रतिबिंबाने ती एका पळात नेस्तनाबूद करून टाकली. कुठल्याही चित्रपट-दिग्दर्शकाने माझ्याकडे पाहून गुंड, मवाली किंवा दारुड्या यांच्यापलीकडची भूमिका मला दिली नसती.

त्या आत्मरूप-दर्शनाने मला अगदी अस्वस्थ करून सोडले. एखाद्या पुतळ्याच्या तोंडाला कुणीतरी घाईघाईने डांबर फासावे, तशी ती वाढलेली दाढी मला वाटू लागली. स्वत: दाढी करण्याइतके मला त्राण नव्हते. सिगारेटच्या बाबतीत जसा अनेकांचा ब्रँड ठरलेला असतो, तसा माझ्या चेहऱ्याचा शिल्पकारही गेली दहा वर्षे मी निश्चित केला आहे. त्याच्याशिवाय दुसऱ्या कुणाकडून दाढी करून घेणे मला बिलकूल आवडत नाही. त्याला बोलावणे पाठवावे, तर आज बाजाराचा दिवस. म्हणजे त्याची कत्तलरात्र. तो येणे काही शक्य नाही. मी हताश झालो. अशा कठीण प्रसंगी जिवलग मित्रांचा फार उपयोग होतो. याबाबतीतला माझा पूर्व अनुभवही मोठा उत्तेजक होता.

माझ्या लग्नाच्या दिवसाची हकिकत आहे ती. एका खेड्यात झाले ते! त्यावेळी हाताने दाढी करायला मी शिकलो नव्हतो. आपल्या सासुरवाडीचे खेडे कितीही लहान असले, तरी तिथे एखादा न्हावी असणारच, अशी माझी कल्पना होती. पण सुशिक्षितांना आपल्या देशातल्या खेड्याविषयी किती कमी ज्ञान असते, हे मला त्या दिवशी कळून चुकले. त्या गावात सुतार होता, लोहार होता, चांभार होता; पण न्हावी मात्र नव्हता. दोन दिवसांची वाढलेली दाढी तशीच ठेवून मी बोहल्यावर उभा राहणे मुळीच इष्ट नव्हते. त्या वाढलेल्या दाढीवरून प्रपंचापेक्षा परमार्थाकडेच माझे लक्ष अधिक आहे, असा माझ्या सासऱ्यांना संशय येण्याचा संभव होता आणि तशी त्यांना शंका येणे म्हणजे - रामदासाच्या लग्नात वर बोहल्यावर पळून गेला - इथे वधूच पळविली गेली असती!

काय करावे, या विवंचनेत मी पडलो. पण लग्नसमारंभाकरिता बरोबर आलेल्या माझ्या एक-दोन सहकारी शिक्षकांनी या आपत्तीला तोंड देण्याकरिता तोड शोधून काढली. मित्रकार्य म्हणून त्यांनी स्वत:च माझी दाढी करण्याचे ठरविले.

हे महत्कार्य करणाऱ्या गृहस्थांत एक पदवीधरसुद्धा होते. दोघा-तिघांनी मिळून ते क्षौरकर्म कसेबसे पार पाडले. प्रेमात आणि युद्धात सर्व काही क्षम्य असते, हे लक्षात घेऊन त्या पदवीधर बंधूंनी काढलेल्या रक्ताकडे, जणू काही ही तांबडी शाई आहे, अशा भावनेने मी त्या दिवशी पाहिले.

त्यावेळी आम्ही सारेच पंचविशीच्या आसपास होतो, म्हणूनच दाढी करण्याच्या संकटातून त्या दिवशी मी बचावलो. यौवन नेहमीच असे उच्छृंखल असते. पण प्रौढत्वाबरोबर माणसाच्या पायात खऱ्या-खोट्या कल्पनांच्या अनेक बेड्या येऊन पडतात. सध्या गावात मला अनेक मित्र असले - त्यात डॉक्टर, वकील, प्रोफेसर अशी मंडळी असली, तरी - आपली या घडीची दाढीची अडचण त्यांच्यापैकी कुणाच्याही हातून दूर होण्यासारखी नाही, हे मी तत्काळ ओळखले. पन्नाशीतला मित्र वेदान्ताच्या गोष्टी सांगेल, पण तो आपल्या मित्राची दाढी करायला सरसावेल? छे! ती गोष्टच काढू नका! पन्नाशी म्हणजे साऱ्या नकारांचे संमेलन. 'जो स्वयेंचि कष्टत गेला, तो भला' या समर्थांच्या ओळी मी पुन:पुन्हा मनाशी घोकल्या आणि भर तापात दाढी करण्याच्या निर्धाराने अंथरुणात उठून बसलो.

मोठ्या कष्टाने कशीबशी दाढी उरकून मी पुन्हा आरशात निरखून पाहिले. आता कुठे आपण माणसात आलो, असे वाटून मला मनस्वी आनंद झाला. श्रीपाद कृष्ण कोल्हटकरांसारख्या अनेक प्रतिभावान लेखकांनी तापात सुंदर कल्पना सुचतात, असा आपला अनुभव सांगितला आहे. आरशातल्या माझ्या नव्या प्रतिबिंबाकडे पाहून तो खरा असावा, अशी माझी खात्री झाली. शाकुंतल लिहिण्यापूर्वी कालिदास हिवतापाने अंथरुणाला खिळला होता, अशा अर्थाचा एक संशोधनपर लेख लिहिण्याची स्फूर्तीसुद्धा त्या क्षणी माझ्या मनाला चाटून गेली.

तापामुळे दाढी करण्याची कटकट चुकली, या विचाराने आपण आनंदित झालो होतो, या गोष्टीचे आता माझे मलाच आश्चर्य वाटू लागले. आरशातले प्रतिबिंब राहून-राहून मला बजावीत होते, अग्नीचा शोध लागला त्या दिवशी मानवी संस्कृती जन्माला आली, असे विद्वान लोक म्हणतात; पण ते तितकेसे खरे नाही. ज्या दिवशी माणसाला वस्तऱ्याचा शोध लागला, जनावराप्रमाणे केसाळ दिसणारा आपला चेहरा गुळगुळीत आणि आकर्षक करण्याची युक्ती मनुष्याला सापडली, तो मानवी संस्कृतीच्या दृष्टीने अत्यंत महत्त्वाचा दिवस होय. रानटीपणातून मनुष्य त्या दिवशी पूर्णपणे बाहेर पडला. मानव पशूहून भिन्न आणि उच्च आहे, याची जाणीव जगाला त्या क्षणी झाली. सौंदर्यशास्त्र त्या मुहूर्तावर जन्माला आले. मानवजातीच्या

सुधारणेचा इतिहास लिहिणारे लोक रूक्ष असल्यामुळे त्यांनी आपल्या पांडित्यपूर्ण ग्रंथात वस्तऱ्याचा गौरवाने उल्लेख केला नसेल; पण पंडितांनी सप्त पाताळात सत्य लपवून ठेवले, तरी ते काही तिथे पडून राहत नाही. रामकृष्णांसारख्या देवांना चित्रात, नाटकात अथवा चित्रपटात आपण दाढी-मिशा दाखवित नाही, याचे तरी मर्म काय आहे? निर्लोम मुखमंडल हा आपल्या सभ्यतेचा, संस्कृतीचा आणि देवत्वाचा आदर्श आहे.

मनुष्य हा हसणारा प्राणी आहे, या व्याख्येइतकीच तो दाढी करणारा प्राणी आहे, अशीसुद्धा त्याची व्याख्या करता येईल (बायकामुलांच्या अपवादामुळे ती एकतृतीयांश मानवजातीलाच लागू पडेल, ही गोष्ट निराळी!), असे माझ्या मनात आले. दाढी करण्याविरुद्ध आपल्या मनाचा जो कल झुकला होता, ती एक आंधळ्या असंतोषाची विचित्र लहर होती, असे मला आता वाटू लागले. अतिपरिचयाने एखाद्या गोष्टीविषयी मनुष्याच्या मनात नुसती अवज्ञाच निर्माण होत नाही, तर तिच्याविषयी त्याला तिरस्कार वाटू लागतो, हेच खरे! दाढीचीच गोष्ट कशाला हवी? यंत्रांच्या विरोधकाची भूमिका आपण अनेकदा स्वीकारतो, तीसुद्धा अशीच आहे. सर्व प्रकारची यंत्रे मनुष्याला हवी असतात. त्यांनी निर्माण होणाऱ्या सुखसोयींचा उपभोग घ्यायला आपण नेहमी एका पायावर तयार असतो. यंत्र ज्याच्या पोटावर पाय आणते, तोसुद्धा न कळत त्याचा आनंदाने उपयोग करीत असतो, उपभोग घेत असतो. पण बोलताना आणि चर्चा करताना मात्र आपण सारे, यंत्र हा जणू काही मानवजातीला मिळालेला एक शाप आहे, अशा थाटात प्रवचने ठोकीत सुटतो. मिळालेल्या गोष्टीविषयी असंतुष्ट राहायचे आणि तिच्याविरुद्ध जे काही असेल त्यात सुख भरले आहे, अशी कल्पना करून कुरकुर करीत बसायचे, हा मनुष्याचा स्वभावच आहे. संसारातली कितीतरी लहान-मोठी दुःखे माणसाच्या या विचित्र स्वभावविशेषाच्या पोटी जन्माला येतात. सामान्य मनुष्य नेहमी वर्तमानाचा निंदक नि भूत-भविष्याचा पूजक होतो, तो याच कारणामुळे!

आजारी पडताच दाढीविरुद्ध माझ्या मनाने जी उचल खाल्ली होती, तिचे हे मर्म लक्षात येताच माझे मलाच हसू आले. कुठल्याही बंधनाचा अतिपरिचयामुळे कंटाळा आला, की मनुष्य नुसता त्रागा करून गप्प बसत नाही. ते बंधन म्हणजे जणू काही एक राक्षसी रूढी आहे, आपण प्रवाहपतित मनुष्य नसून क्रांतिकारक पुढारी आहोत, त्या दुष्ट रूढीच्या विनाशाकरिताच आपला जन्म आहे, अशा प्रकारची समजूत करून घेण्यात सामान्य मनुष्याला नेहमीच आनंद होतो. असामान्य होण्याच्या सुप्त इच्छेने त्याला पछाडलेले असते. ही इच्छा मोठ्या क्षेत्रात सहजासहजी सफल होण्यासारखी नसल्यामुळे लहानसहान गोष्टींत आपल्या बंडखोरपणाचे प्रदर्शन करण्याचा नाद त्याला लागतो. दाढी वाढविण्याचा नाद त्याला लागतो.

दाढी वाढविण्याचा माझा निर्णय याच मासल्याचा होता.

फिरायला जाताना बायकोचा हात हातात घेऊन रस्त्याने जाणाऱ्या-येणाऱ्याकडे दिग्विजयी दृष्टीने पाहणे, विषयाचे काडीइतके ज्ञान नसताना मोठमोठ्या सभांतून बडबड करीत सुटणे, लठ्ठ लठ्ठ पुस्तके काखेत मारून गावातून फेरफटका करणे, स्वत:चा लठ्ठंभारतीपणा लक्षात न घेता प्रौढ बायकांनी गोल पातळे नेसणे, उठल्यासुटल्या वर्तमानपत्राकडे कसल्या तरी पांचट तक्रारी करणारी पत्रे पाठविणे... एक ना दोन, अशा अनेक प्रकारांनी आपल्या असामान्यत्वाचे प्रदर्शन करण्याची सामान्य मनुष्याची सदैव धडपड चाललेली असते. आपण बंडखोर आहोत, हे क्षुद्र जग जीवनाच्या प्रवाहाबरोबर वाहत जात असले, तरी आपण प्रवाहाविरुद्ध पोहणारे आहोत, अशा कल्पनात ही मंडळी नेहमी गुंग होऊन जातात. आपल्या बंडखोरपणाचाच त्यांना विलक्षण अभिमान वाटतो. तापात पहिले पाच-सहा दिवस दाढी न केल्याबद्दल मला जो आनंद वाटला होता, त्याचे कारण हेच होते. पण आपला हा पराक्रम पवनचक्कीवर हल्ला चढविणाऱ्या डॉन क्विक्झोटपेक्षा फारसा निराळा नसतो, हे शेवटी अशा माणसांना कुठून ना कुठून तरी कळतेच.

दाढीच्या बाबतीतल्या बंडखोरपणाच्या माझ्या साऱ्या कल्पना आरशाने एका क्षणात नाहीशा करून टाकल्या. इतकेच नव्हे, तर बंडखोरपणा म्हणून आपण जिचा अभिमान बाळगतो, त्या वृत्तीविषयी किंचित निराळ्या दृष्टीने विचार करायला त्याने मला शिकविले. परंपरागत बंधनांविषयी प्रत्येक नव्या पिढीच्या मनात एक प्रकारची उपजत विरोधी भावना असते. त्यामुळे प्रत्येक जुन्या गोष्टींवर आपण वेळी-अवेळी सनातनीपणाचा शिक्का मारीत सुटतो. 'जुने जाऊ द्या मरणालागुनि जाळुनि किंवा पुरुनी टाका' या केशवसुतांच्या ओळींत अपूर्व काव्य भरले आहे, असा आपणाला अशा वेळी भास होतो. मग जुने दूर फेकून देऊन, त्याच्या जागी नव्याची स्थापना करण्याचा आपण प्रयत्न करतो. जुन्याला पदोपदी विरोध करून सुधारक म्हणून मिरविण्यात आपल्याला ब्रह्मानंद होऊ लागतो. पण पोकळ अहंकाराच्या उथळ प्रदर्शनाखेरीज त्यातून बहुधा दुसरे काही निष्पन्न होत नाही. एखादी गोष्ट केवळ परंपरागत म्हणून त्याज्य ठरविणे हे काही फारसे शहाणपणाचे लक्षण नाही. हजारो वर्षांचे आयुष्य असलेल्या अनुभूतींतली आपल्या जीवनाची पाळेमुळे खणून काढून, दुसऱ्या जमिनीत ती मूळ धरतील, असा प्रयत्न करणे हे पुष्कळदा प्रगतीऐवजी अहंकाराचे लक्षण ठरते.

आपल्याकडे स्त्री-शिक्षणाचा प्रसार होऊ लागला, तेव्हा उच्च शिक्षण घेतलेली प्रत्येक मुलगी वामनराव जोश्यांच्या उत्तरेप्रमाणे तावातावाने अविवाहित राहण्याची प्रतिज्ञा करू लागली. त्यांच्यापैकी एखाद-दुसरीचीच प्रतिज्ञा चुकून पार पडली असेल. बाकीच्यांनी उशिरा का होईना, आयुष्यातले बरे-वाईट जोडीदार शोधले

आणि आपले संसार यथाशक्ति साजरे केले. या बंडखोर बायकांना स्त्रियांचे राज्य स्थापन करणाऱ्या प्रमिलाराणीचा इतिहास ठाऊक नव्हता, असे नाही. पण प्रमिलेपेक्षा आपल्यात काहीतरी अधिक आहे, असे त्यांच्यापैकी प्रत्येकीला वाटत होते ना! त्याला कोण काय करणार?

सामान्य मनुष्याच्या बंडखोरपणात अनुकरणाचा, उथळपणाचा किंवा अहंकाराचा भाग अधिक असतो, हेच खरे! माझ्या लहानपणी तरुण व प्रौढ पुरुष सर्रास जाकीट वापरीत असत. ते सोयीस्कर तर होतेच, पण त्या काळी तो प्रतिष्ठितपणाचा पोशाख मानला जाई. पुढे हळूहळू सुटाबुटाच्या नट्टयापट्टयाला समाजात भाव आला. मग गांधीयुगात खादीच्या लांबलचक डगल्यांचे माहात्म्य वाढले. या दिवसांत जाकीट वापरणारा मनुष्य अगदी जुनाट, बुरसटलेला मानला जाऊ लागला पण ही स्थिती फार दिवस टिकली नाही. उत्तर प्रदेशात थंडी फार पडत असल्यामुळे असो अथवा अंगी खरीखुरी सौंदर्यसृष्टी असल्यामुळे असो, जवाहरलालनी जाकीट वापरायला सुरुवात केली. झाले! जाकिटाला लवकरच पूर्वीची लोकप्रियता पुन्हा प्राप्त झाली. उद्या भारताच्या राष्ट्रीय वेशातही त्याचा समावेश होईल. नाही कुणी म्हणावे?

माझ्या दाढीचा किंवा जाकिटाचा हा इतिहास एका दृष्टीने फार महत्त्वाचा आहे. पृथ्वी वाटोळी आहे, हे प्रत्येकजण भूगोलाच्या प्राथमिक पुस्तकात सातव्या वर्षी शिकतो, पण त्या सिद्धान्तातून सूचित होणारे जीवनविषयक सत्य मात्र त्याला सत्तराव्या वर्षीसुद्धा उमजत नाही. त्या सत्याची प्रचिती असल्या क्षुल्लक गोष्टींच्या अनुभवांवरूनच मनुष्याला येण्याचा संभव असतो आणि म्हणून मला वाटते, आजच्या संत्रस्त जगाला, अंशत: का होईना, शांती प्राप्त करून देणाऱ्या समाजवादाचा स्वीकार आज ना उद्या आपला समाज आनंदाने करील. समाजवाद आपल्या संस्कृतीशी व परंपरेशी विसंगत आहे, या कल्पनेने आपण त्याच्यापासून दूर राहिलो आहोत. पण थोडे मागे वळून पाहिले, तर समाजवादाचा संदेश उपनिषदांच्या उपदेशापेक्षा भिन्न नाही, असे आढळून येईल. 'सह नौ भुनक्तु सह वीर्यं करवावहै' यापेक्षा समाजवाद तरी तुम्हाआम्हाला दुसरे काय शिकवीत आहे?

१९५०

■

ती बातमी मी वाचली मात्र... दुसऱ्या बातम्या वाचायचा उत्साहच माझ्या अंगी उरला नाही. शून्य दृष्टीने खिडकीतून दिसणाऱ्या आभाळाच्या निळ्या तुकड्याकडे पाहत मी आरामखुर्चीत पडून राहिलो.

ॲटली-ट्रूमनची निष्फळ भेट किंवा हायड्रोजन बाँबच्या प्रयोगाची तारीख अशी काहीतरी ती भयंकर बातमी असावी, असे अनेकांना वाटेल. म्हणून मी वाचलेल्या बातमीत तसा जागतिक महत्त्वाचा भाग मुळीच नव्हता, हे आधीच सांगितलेले बरे! ती बातमी होती पुण्यातलीच! अर्थात ती एका मोडलेल्या सभेची किंवा मंत्र्याच्या अध्यक्षतेखाली साजऱ्या झालेल्या भिकार चित्रपटाच्या रौप्यमहोत्सवाची असावी असा कुणी तर्क करील, पण त्यातसुद्धा काही तथ्य नाही. त्या बातमीशी बड्या बड्या लोकांचा काडीइतकाही संबंध नाही. पुण्यातल्या बालगोपालांच्या जगावर कोसळलेली एक आपत्ती...

निदान मला तरी ती फार मोठी आपत्ती वाटते. पुण्याच्या कमिशनरनी काढलेला तो पतंगबंदीचा हुकूम वाचता-वाचता माझ्या मनात आले, मी जर आजकालच्या पुण्यातला दहा-बारा वर्षांचा पोरटा असतो, तर हा हुकूम बदलून घेण्याकरिता ताडकन सत्याग्रह केला असता. मग बालसत्याग्रही म्हणून माझे फोटो झाडून साऱ्या वर्तमानपत्रांत झळकले असते. मी पुढे मोठा देशभक्त होणार, असे भविष्य वर्तवायलासुद्धा काही संपादकांनी कमी केले नसते.

बालपणात फिरून उडी घेण्याची इच्छा त्या बातमीने माझ्या मनात बळावली, पण ती क्षणमात्रच! दुसऱ्याच क्षणी मला पुण्यातल्या साऱ्या पालकांचा राग आला. आपल्या बालकांच्या हक्कावरले हे अतिक्रमण त्यांनी मुकाट्याने सोसावे? जपानमध्ये म्हातारी माणसेसुद्धा पतंग उडवितात म्हणे! रहदारीला अडथळा होतो, अपघात होण्याचा संभव असतो, म्हणून कुणीही रस्त्यात उभे राहून पतंग उडवायचा नाही, असा नियम तेथे उद्या जारी झाला, तर धरणीकंपापेक्षासुद्धा मोठा धक्का जपानी

पतंग

/२०/

जनतेला बसल्याशिवाय राहणार नाही. पण आमचे पुण्याचे पालक? त्यांनी सभा भरवून या हुकमाचा साधा निषेधसुद्धा केला नाही.

पतंगाविषयीचे माझे हे प्रेम पाहून पुण्यातल्या पतंग विकण्याच्या कुठल्या तरी दुकानात माझी भागीदारी आहे की काय, अशी शंका एखाद्याच्या मनात येईल; पण ती सर्वस्वी निराधार आहे. पतंग करायला कागद लागतो आणि मलाही लिहायला कागद लागतो, हेच काय ते त्यांचे माझे त्यातल्या त्यात जवळचे नाते! लहानपणी पतंग उडविण्याची उत्कट इच्छा माझ्या मनात निर्माण झाली होती, पण माझ्या क्रूर काकाने किंवा उलट्या काळजाच्या सावत्र आईने ती तृप्त होऊ दिली नाही. ती दडपली गेलेली इच्छा आता उफाळून वर आल्यामुळे मी पतंगबंदीच्या कायद्याविरुद्ध बोलत आहे, असा कयास मानसशास्त्राचा एखादा अभ्यासक कदाचित करील; पण तोसुद्धा तर्कच ठरेल. लहानपणी मला पतंग उडविण्याची आवड होती, नाही असे नाही. तसा मी हुतुतू, विटीदांडू, आट्यापाट्या आणि असेच अनेक खेळ थोडे-फार खेळलो आहे; पण क्रिकेटशिवाय दुसऱ्या कुठल्याही खेळाचे बाळपणी मला वेड नव्हते आणि आता तर...

क्रिकेटची गोष्ट निघाली, म्हणून सांगतो. पतंगबंदीच्या या कायद्याला वास्तविक पाहता मी अनुकूल असायला हवे, अशी माझी सध्याची परिस्थिती आहे. सामान्य माणसाची बहुतेक मते परिस्थितीच बनवीत असते, नाही का? त्यामुळे रस्त्यावर मुलांना हवे ते खेळ खेळू देणे धोक्याचे आहे, असे गेल्या एक-दोन महिन्यात माझे प्रामाणिक मत झाले आहे. कारण कॉमनवेल्थ संघ हिंदुस्थानात आल्यापासून आमच्या घराच्या चारही बाजूंना बाल हजारे, बाल वॉरेल, बाल रामाधीन यांचे अटीतटीचे सामने सुरू झाले आहेत. सकाळी भाजीला किंवा संध्याकाळी फिरायला घराबाहेर पडताना आपण सुखरूप परत घरी पाऊल टाकू, की एखादा चेंडू लागून आपली परस्पर दवाखान्यात रवानगी होईल, अशी मला हल्ली धाकधूक वाटत असते. रस्त्याच्या कडेला खेळणाऱ्या एखाद्या बाल ट्राइबने नेमका आपला चश्मा फोडला तर थोडे दिवस का होईना, आपल्याला आंधळ्यासारखे वावरावे लागेल, या कल्पनेनेही वारंवार माझे मन चरकते. दारू पिणे आणि एका वेळी दोन बायका करणे यांच्याप्रमाणे रस्त्यावर क्रिकेट खेळणे हा सरकारने गुन्हा मानावा, असे एखादे पत्र 'त्रस्त वाचक' या नावाने स्थानिक वर्तमानपत्रात छापून आणण्याचा विचारसुद्धा वरचेवर माझ्या मनात येऊ लागला आहे.

असे असूनही पुण्याला झालेला पतंगबंदीचा कायदा मात्र मला पसंत पडला नाही. मी विचार करू लागलो, असे का व्हावे? पुण्यातले अनेक सायकलस्वार जणू काही आपण सर्कशीतले खेळाडूच आहोत, असे समजून रस्त्याने जात असतात. वाघ पाठीमागे लागल्याप्रमाणे धावणारी त्यांची वाहने पाहिली, एखाद्या

नागिणीने किंवा नर्तकीने हेवा करावा, अशा प्रकारे मुरडत-लचकत जाणाऱ्या अशा शेकडो सायकली दृष्टीला पडल्या, म्हणजे ससून हॉस्पिटलमध्ये सायकलच्या पायी जखमी झालेल्या लोकांचा एक स्वतंत्र वॉर्डच असला पाहिजे, असे वाटू लागते. पण प्रत्यक्ष अनुभव पाहिला, तर असे अपघात क्वचितच घडतात. मग पतंगांना इतके भिण्यात काय अर्थ आहे?

रस्त्याने मोठमोठ्या मालवाहू मोटारींची रहदारी दिवसेंदिवस वाढत चालली आहे. पतंग उडविण्यात दंग झालेल्या मुलांना असल्या धुडांचे भान राहत नाही, म्हणून संभवनीय अपघात टाळण्याकरिता हा हुकूम काढण्यात आला असावा, हे मला मान्य आहे. या हुकमाच्या मागे असलेल्या वात्सल्याविषयी मी कमिशनरसाहेबांचे मन:पूर्वक अभिनंदन करीन. पण ते करतानासुद्धा मी म्हणेन, त्यांनी हा हुकूम काढला नसता तर बरे झाले असते. कारण माझ्या दृष्टीने पतंग-क्रीडा हा नुसता एक वेळ घालविणारा, करमणूक करणारा खेळ नाही. जीवनाकरिता बालकांची मने तयार करण्याची ती एक शाळा आहे. वॉटर्लूची लढाई ईटनच्या क्रीडांगणावर जिंकली गेली, हे वचन खेळाडूंना बक्षिसे देणारा प्रत्येक अध्यक्ष उच्चारतो. ते जर खरे असेल, तर पोरांना पतंग खेळायला आपण सध्यापेक्षा अधिक उत्तेजन दिले पाहिजे. जोपर्यंत पतंगक्रीडेकरिता त्यांना जवळपास मोकळी मैदाने मिळत नाहीत, तोपर्यंत त्यांना रस्त्यावरसुद्धा खेळू दिले पाहिजे. सॉमरसेट मॉमने एका गोष्टीत केवळ पतंगाच्या नादापायी नवरा-बायकोत बेबनाव निर्माण झाला, असे जे वर्णन केले आहे, त्यात तिळभरसुद्धा अतिशयोक्ती नाही. पतंगक्रीडेची मोहिनीच अशी आहे. त्या क्रीडेत धुंदी आहे, काव्य आहे, तत्त्वज्ञान आहे आणि जीवनदर्शनही आहे.

कितीही घाईचे काम असो, पतंग उडविणारी मंडळी रस्त्याच्या आजूबाजूला दिसली, की मी मंत्रमुग्धाप्रमाणे थांबतो आणि मान वर करून पाहू लागतो. आकाशात उंचावर तरंगत असणारे रंगीबेरंगी पतंग पाहून माझ्या मनात आनंदलहरी उचंबळू लागतात. अनेक कल्पना गर्दी करतात. या चिमुकल्या विमानांना आपली पृथ्वी कशी दिसत असेल? आपण चित्रकार असतो, तर वायुसागरावर तरंगणाऱ्या या इवल्याशा नौकांचे असे सुंदर चित्र काढले असते... छे! पतंग रात्री उडविता येत नाहीत, ही किती वाईट गोष्ट आहे! अंधाऱ्या रात्री तारकांच्या कानात कुजबुज करायला निघालेली ही नाजूक कबुतरे पाहून एखाद्या कवीने अशी गोड कविता लिहिली असती!

अशा कल्पनात मी गुंग होतो न होतो तोच वायुदेवतेची लहर फिरते. वर वर जाऊ पाहणारे ते पतंग जागच्या जागी घुटमळू लागतात. मूर्च्छित होऊ लागलेल्या माणसांसारख्या त्यांच्या हालचाली वाटतात. एखादा पतंग पटकन कुठल्या तरी दूरच्या झाडाच्या फांदीत अडकून पडतो. दुसरा कोसळलेल्या विमानाप्रमाणे गिरक्या

खात-खात जमिनीवर येऊ लागतो. त्यांची सूत्रे ज्यांच्या हातात असतात, ते आपल्या कौशल्याची शर्थ करतात; पण ते कौशल्य निष्फळ ठरते. त्यातल्या अनेक पतंगांचा अध:पात - प्रसंगी मृत्यू - कुणीही टाळू शकत नाही.

हे दृश्य पाहता-पाहता आपण रस्त्यावर उभे आहोत, याचे भानच राहत नाही मला! प्रेक्षकगृहात बसून आपण रंगभूमीवर चाललेले इब्सेनचे, भवभूतीचे किंवा शेक्सपिअरचे करुणगंभीर नाटक पाहत आहोत, असा मला भास होतो. मानवी जीवन हे विविधरंगी चित्र आहे. त्या अनेक रंगात दैवाचा म्हणून एक रंग असतो, या कठोर सत्याची अशा वेळी मला तीव्रतेने प्रचिती येते. रामाने केलेला सीतेचा त्याग, ऑथेल्लोच्या हातून झालेला डेस्डिमोनाचा वध आणि समोर दिसणारा फाटकातुटका पतंग या सर्वांच्या मागे अतर्क्य नियतीचा हात आहे, या कल्पनेने माझे मन भारावून जाते. 'नीचैर्गच्छत्युपरि च दशा चक्रनेमिक्रमेण' ही कालिदासाची ओळ जणू काही काळपुरुष माझ्या कानात गुणगुणू लागतो. मोठा करुण, दारुण; पण दिव्य भास वाटतो तो मला! त्या भासाच्या क्षणी माझ्या अहंकाराच्या शृंखला गळून पडतात. या विश्वनाटकातली एक य:कश्चित भूमिका आपल्याकडे आहे; ती सुंदर रीतीने वठविली की आपले काम संपले, अशा प्रकारची स्थितप्रज्ञ वृत्ती जागृत होते. आयुष्यातल्या सर्व सुख-दु:खांकडे माणसाने महाकवीच्या दृष्टिकोनाने पाहिले, तरच त्याला जीवनाचा अर्थ समजू शकेल, अशी बुद्धीची खात्री होते.

रुसलेली प्रेयसी किंवा प्रतिभा पुढच्या क्षणी तुमच्यावर प्रसन्न झालेली दिसते ना? वायुदेवताही तशीच लहरी आहे. तिचा हा राग चटकन ओसरतो. मग ती मोठ्या रंगात येते आणि आपल्या अंगाखांद्यांवर बागडणाऱ्या लहानमोठ्या पतंगांकडे प्रेमाने पाहू लागते. बागेत फुलपाखरे भिरभिरावीत, त्याप्रमाणे अनंत आकाशात ते पतंग विहार करू लागतात. वायुदेवता त्यांना कुरवाळते, गुदगुल्या करते, उंच उडवून झेलते. पतंग हसतात, खिदळतात आणि नाचत-नाचत वर जाऊ लागतात. ते अगदी ठिपक्यांसारखे... गालावर गोंदलेल्या तिळासारखे दिसू लागले, म्हणजे मी हर्षभरित होतो. त्या ठिपक्यांकडे पाहता पाहता एक उदात्त जाणीव माझ्या मनाला स्पर्श करून जाते.

माणसाचे पाय पृथ्वीवर असले, तरी त्याची नजर नेहमी आकाशाकडे असली पाहिजे असे मला त्या क्षणी वाटते. खाली मान घालून जमिनीकडे पाहत जाणाऱ्याला खडे आणि काटेच अधिक दिसतात. दुनिया हा दीड वितीचा कैदखाना आहे, अशी त्याची कल्पना होऊ लागते. इतरांची अडखळणारी, धडपडणारी, मंद चालणारी आणि वाकडी पडणारी पावलेच पुन:पुन्हा त्याच्या डोळ्यांपुढे येऊ लागतात. त्याची जीवनाची कल्पना नकळत संकुचित- पुष्कळदा विकृतसुद्धा- होते. तो स्वार्थात, लोभात, उपभोगात, स्वत:च्या टीचभर कर्तृत्वाची उंची पुन:पुन्हा मोजण्यात दंग

होऊन जातो. आज निसर्गापेक्षा, हिंस्र पशूपेक्षा, किंबहुना पुराणांतल्या भयंकर राक्षसापेक्षा माणूसच माणसाचा अधिक मोठा शत्रू बनला आहे. याचे कारण त्याची जीवनाविषयीची ही संकुचित कल्पनाच आहे.

... पण आकाशात उंच उंच उडणाऱ्या पतंगाकडे पाहू लागले, की मानवी मनाची ही विकृती, जीवनाविषयीची ही क्षुद्र कल्पना क्षणभर दूर होते, असा माझा अनुभव आहे. 'क्षणात नाहीसे होणारे दिव्य भास' या कवितेत केशवसुतांनी कविमनाला होणाऱ्या दिव्यत्वाच्या साक्षात्काराचे मोठे मार्मिक वर्णन केले आहे. पतंगक्रीडा पाहता पाहता माझ्यासारख्या सामान्य मनुष्याच्या मनाची स्थिती तशीच होते. आकाशात उडणारा पतंग ही माझ्या दृष्टीने केवळ एक क्रीडावस्तू राहत नाही. ती चटकन प्रतीकाचे रूप धारण करते. सुवर्णभूमी शोधायला निघालेला कोलंबस, उत्तर ध्रुवाचा शोध लावायला गेलेला स्कॉट, समतेच्या तत्त्वज्ञानाला आवाहन करणारा मार्क्स आणि 'प्रेमानेच मानवाचे प्रश्न सुटतील- द्वेषाने नाही' या जीवनातल्या अंतिम सत्याचा पुरस्कार करणारे गांधीजी यांचा ध्येयवाद आपल्याला पुस्तकातून फारसा कळत नाही, आकलन होत नाही. आकाशात वर वर जाणारा पतंग हे साधे, सोपे, बालबोध रूप आहे असे मला वाटते.

...आणि म्हणूनच मनात येते, हा पतंगबंदीचा कायदा पुण्यात व्हायला नको होता. निदान कोल्हापुरात तरी तो होऊ नये.

१९५१

■

मुखवटे

वि. स. खांडेकर

संपादक
डॉ. सुनीलकुमार लवटे

माणसानं दृष्टी गमावली की तो अन्तर्मनाने जग पाहू लागतो. वि. स. खांडेकरांचंही असंच झालं. सन १९७३ ला त्यांची दृष्टी गेली. तरी ते लिहीत राहिले. 'मुखवटे'मधील निबंध याच काळातील. 'साप्ताहिक स्वराज्य'मध्ये लिहिलेले हे निबंध म्हणजे एका संवेदनाशील मनानी माणसाच्या जीवनाचा घेतलेला धांडोळाच! या धांडोळ्यातून ते गतकाळाचा ताळेबंदच मांडतात. त्यांच्या लक्षात येतं की जग हा एक मुखवट्यांचा बाजार आहे.

मुखडे नि मुखवट्यांची ही तर बंदिशी!

'मुखवटे' लघुनिबंध संग्रह म्हणजे माणसाच्या खऱ्या-खोट्या प्रतिमा दाखविणारा आगळा आरसाच!

वाचक यात स्वत:स डोकावून पाहील तर त्यास आपला मुखडा दिसेल आणि 'मुखवटे'ही!

===